ஒரு கறுப்புச் சிலந்தியுடன் ஓர் இரவு

ஒரு கறுப்புச் சிலந்தியுடன் ஓர் இரவு
அம்பை (பி. 1944)

அம்பை என்ற புனைப்பெயரில் எழுதும் டாக்டர் சி.எஸ். லக்ஷ்மி. வரலாற்றாசிரியர்; புது தில்லி ஜவஹர்லால் நேரு பல்கலைக்கழகத்தில் முனைவர் பட்டம் பெற்றவர். நாற்பது ஆண்டுகளாகப் பெண்கள் வரலாறு, வாழ்க்கை பற்றிய ஆய்வில் ஈடுபட்டிருப்பவர். பெண் எழுத்தாளர்கள், பெண் இசைக் கலைஞர்கள், பெண் நடனக் கலைஞர்கள் குறித்து இவர் மேற்கொண்ட ஆய்வுகள் *The Face Behind the Mask, The Singer and the Song, Mirrors and Gestures* என்னும் புத்தகங்களாக வெளிவந்துள்ளன.

சிறுகதைத் தொகுதிகள் 'சிறகுகள் முறியும்' (1976), 'வீட்டின் மூலையில் ஒரு சமையலறை' (1988), 'காட்டில் ஒரு மான்' (2000), 'வற்றும் ஏரியின் மீன்கள்' (2007), 'ஒரு கறுப்புச் சிலந்தியுடன் ஓர் இரவு' (2013), 'அந்தேரி மேம்பாலத்தில் ஒரு சந்திப்பு' (2014) 'சிவப்புக் கழுத்துடன் ஒரு பச்சைப் பறவை' (2019), 'ஸாரஸ் பறவை ஒன்றின் மரணம்' (2019), 'இரு பைகளில் ஒரு வாழ்க்கை' (2024). இவரின் கதைகள் ஆங்கிலத்தில் *A Purple Sea, In a Forest, A Deer, Fish in a Dwindling Lake, A Night With a Black Spider, A Meeting On the Andheri Over Bridge* என ஐந்து தொகுதிகளாக மொழிபெயர்க்கப்பட்டிருக்கின்றன.

ஆங்கிலத்தில் மொழிபெயர்க்கப்பட்ட இரோம் ஷர்மிலாவின் *Fragrance of Peace* கவிதைத் தொகுப்பைத் தமிழில் 'அமைதியின் நறுமணம்' (2010) என்ற தலைப்பில் மொழிபெயர்த்திருக்கிறார். விளக்கு அமைப்பின் புதுமைப்பித்தன் விருது (2005), டொரான்டோ பல்கலைக்கழக தமிழ் இலக்கியத் தோட்டத்தின் வாழ்நாள் இலக்கிய விருது (2008), தமிழக அரசின் கலைஞர் மு. கருணாநிதி பொற்கிழி (2011), சென்னைப் பல்கலைக்கழகத்தின் இலக்கியத்தில் உன்னத்திற்கான விருது (2011), 'சிவப்புக் கழுத்துடன் ஒரு பச்சைப் பறவை' நூலுக்காக சாகித்திய அகாதெமி விருது (2021) முதலானவற்றைப் பெற்றிருக்கிறார்.

SPARROW (Sound & Picture Archives for Research on Women) என்னும் பெண்கள் ஆவணக் காப்பகத்தை மும்பையில் 1988இல் நிறுவி அதன் இயக்குநராகச் செயல்பட்டுவருகிறார்.

அம்பை

ஒரு கறுப்புச் சிலந்தியுடன் ஓர் இரவு

காலச்சுவடு பதிப்பகம்

● அன்பார்ந்த வாசகருக்கு,

வணக்கம்.

காலச்சுவடு நூலை வாங்கியமைக்கு நன்றி.

நூலின் உள்ளடக்கம், உருவாக்கம், அட்டைப்படம் இன்ன பிற அம்சங்கள் பற்றிய உங்கள் கருத்துகளையும் ஆலோசனைகளையும் காலச்சுவடு வரவேற்கிறது. தகவல், எழுத்து, வாக்கியப் பிழைகள் தென்பட்டால் அவசியம் தெரிவித்து உதவுங்கள். நூல் தயாரிப்பில் கடும் குறைபாடு இருப்பின் மாற்றுப் பிரதி உங்களுக்குக் கிடைக்கக் காலச்சுவடு ஏற்பாடு செய்யும்.

மின்னஞ்சல்: publisher@kalachuvadu.com

காலச்சுவடு நாகர்கோவில் அலுவலகத்திற்குக் கடிதம் அனுப்பலாம்.

தங்கள்
எஸ்.ஆர். சுந்தரம் (கண்ணன்)
பதிப்பாளர் — நிர்வாக இயக்குநர்

ஒரு கறுப்புச் சிலந்தியுடன் ஓர் இரவு ✦ சிறுகதைகள் ✦ ஆசிரியர்: அம்பை ✦ © சி.எஸ். லக்ஷ்மி ✦ முதல் பதிப்பு: டிசம்பர் 2013, ஒன்பதாம் பதிப்பு: பிப்ரவரி 2025 ✦ வெளியீடு: காலச்சுவடு பப்ளிகேஷன் (பி) லிட்., 669, கே.பி. சாலை, நாகர்கோவில் 629001

oru kaRuppu cilantiyudan oor iravu ✦ ShortStories ✦ Author: Ambai ✦ © C.S. Lakshmi ✦ Language: Tamil ✦ First Edition: December 2013, Ninth Edition: February 2025 ✦ Size: Demy 1 x 8 ✦ Paper: 18.6 kg maplitho ✦ Pages: 168

Published by Kalachuvadu Publications Pvt. Ltd., 669, K.P. Road, Nagercoil 629001, India ✦ Phone: 91-4652-278525 ✦ e-mail: publications @kalachuvadu.com ✦ Printed at Adyar Students xerox Pvt. Ltd., No. 275 Habibullah Road, Triplicane high Road, Opp Triplicane Post Office, Triplicane, Chennai 600005

ISBN: 978-93-82033-08-0

02/2025/S.No. 543, kcp 5613, 18.6 (9) 1k

பொருளடக்கம்

என்னுரை	9
ராவணன் கோட்டை	13
புலரி	19
பயணம் 11	26
பயணம் 12	33
பயணம் 13	41
ஒரு கறுப்புச் சிலந்தியுடன் ஓர் இரவு	47
மரத்தடியில் திருவள்ளுவர்	54
காவு நாள்	60
பயணம் 14	75
சோக முடிவுடன் ஒரு காதல் கதை	81
நிலவைத் தின்னும் பெண்	90
பயணம் 15	112
பயணம் 16	121
பயணம் 17	127
பயணம் 18	134
பயணம் 19	140
அசர மரணங்கள்	147
பயணம் 20	159

என்னுரை

கல்யாண வீடுகளுக்கு முறுக்கு போன்ற பட்சணங்கள் செய்யும் ஒரு பெண்மணியை ஒரு முறை சந்தித்தேன். பெரிய பெரிய அண்டாக்களில் முறுக்கு, தேன்குழல் போன்றவற்றை நாள் முழுவதும் செய்துவிட்டுக் கிளம்பும்போது திரும்பிப் பார்க்கக் கூடாதாம். பார்த்தால் நாமா இத்தனை பட்சணங்களையும் செய்தோம் என்ற மலைப்பு வந்துவிடும் என்று அவர் சொன்னார். உடனே களைப்பு வந்து, வீட்டை அடைந்தவுடன் படுக்கை போட்டு விடுமாம். எழுத்து அப்படியல்ல. தொடர்ந்து திரும்பிப் பார்க்க நேர்கிறது. எத்தனை முறை பார்த்தாலும் இவ்வளவா என்ற மலைப்பு ஏற்படுவதில்லை. இவ்வளவுதானா என்றே தோன்றுகிறது. எழுதிய அத்தனையையும் கடக்க வேண்டியிருக்கிறது. கடந்து மேலும் போக வேண்டியிருக்கிறது. இலக்குகளை வைத்து வைத்து அவற்றைக் களைய வேண்டியிருக்கிறது.

ஆசை, இழப்பு, பணப்புழக்கம், ஏழ்மை, நட்பு, தனிமை, தளர்வு, உற்சாகம், ஏமாற்றம், மகிழ்ச்சி, நசை, நசையறல் எனத் தொடர்ந்த இழுபறிகளுக் கிடையேதான் கதைகள் உள்ளன. வாழ்க்கையும். எது கதை, எது வாழ்க்கை, எங்கே கதை முடிந்து வாழ்க்கை தொடங்குகிறது, எங்கு வாழ்க்கை முடிந்து கதை தொடங்குகிறது என்னும் அல்லாடலில்தான் எழுத்து நேர்கிறது. அது ஒரு நேர்வு தான். திடீரென வியப்பில் ஆழ்த்திவிடும் நேர்வு. இழுத்துப் பிடித்து வைத்துக்கொள்ள முடியாத நேர்வு. அந்த வியப்புக்குத் தயாராக இருக்கும்

வரை எதிர்பாராத பொழுதுகளில் இறகுத் தொடுகையாய், அலை வீச்சாய், தென்றலின் தடவலாய், கத்தி வெட்டாய், உயிர்கொல்லியாய் அது வந்து போய்க்கொண்டே இருக்கிறது.

நிர்மல் வர்மா ஒரு நாவலில், படைப்பாளி ஆன்ம விசாரணை என்னும் பாதுகாப்பு வளையத்துக்குள் தன்னைப் பொருத்திக்கொள்ள நினைப்பது உலக சுகங்களில் ஈடுபடுவதற்கு ஒப்பானதுதான் – இரண்டுமே அழிக்கும் தன்மை உடையவை; ஒரு படைப்பாளி அடைக்கலமாக நினைக்கும் ஒவ்வொரு இடமும் படுகுழிதான்; ஒருமுறை விழுந்தால் போதும், படைப்பு என்னும் நிர்மலமான ஆகாயம் கையைவிட்டுப் போய்விடும் என்கிறார். ஏ.கே. ராமானுஜனிடம் தோழி ஒருவர் கவிதை பற்றிப் பேசிக்கொண்டிருந்தபோது, 'ஒரு கவிதை முடிந்துவிட்டது என்று உங்களுக்கு எப்படித் தெரிகிறது?' எனக் கேட்டதற்கு அவர் 'கவிதை முடிவதில்லை. ஒரு கட்டத்தில் நான் அதை விட்டு விடுகிறேன்' என்றாராம். அவர் கவிதை எழுதுவது பற்றிச் சொன்னாலும் கதைகளுக்கும் முடிவில்லை என்றே தோன்று கிறது. திருப்தி என்னும் அடைக்கலத்தை எட்டியதும் கதை யாகிய ஆகாயம் பறிபோய்விடுகிறது.

எழுதுவதை எழுதி முடித்துவிட்ட நிறைவு நிலையை எட்டி வாழ்க்கையின் இழுபறிகளைக் கடக்கும்போது கதைகள் இல்லாமல் போகின்றன. அந்தச் சமையல்காரப் பெண்மணி யின் நிலைமையில் என்னை இருத்திக்கொண்டால், என் முறுக்குகள் அழகான வட்டங்களாக இல்லை; சில முறிந்து போயிருக்கின்றன; சில அதிகம் வெந்து சிவந்துவிட்டன; சில வேகவில்லை; மாவு சரியாகக் கூடாததால் சில விண்டுபோயிருக் கின்றன. மீண்டும் மீண்டும் நான் படைப்பில் இறங்க இந்தத் திருப்தியின்மையும் கதை என்னும் வியப்பூட்டும் நேர்வுக்குக் காக எப்போதும் என் மனத்தில் ஒரு கதவு திறந்திருப்பதும் காரணங்களாக இருக்கலாம்.

ஆகவே என் கதைகள் இன்னும் எழுதி முடிக்கப்பட வில்லை. இத்தொகுப்பின் வாலைப் பிடித்தபடி இன்னொரு தொகுப்பு விரைவிலேயே வரும். பிறகு அதன் வாலைப் பிடித்துக்கொண்டு இன்னொன்று.

தொடர்ந்து கதைகள் வந்தபடி இருக்கும் என்று தெரிந்தும் தளராமல் இந்தத் தொகுப்பை வெளியிட முன்வந்த காலச்சுவடு பதிப்பகத்துக்கும் கண்ணனுக்கும் பதிப்பகத்தில் இந்தத் தொகுப்புக்குப் பொறுப்பேற்ற எஸ்.வி. ஷாலினிக்கும் சுபாவுக்கும் என் நன்றி. தமிழை முறையாகப் பயிலாததால் பலமுறை இலக்கணம், பொருள் பற்றி ஐயங்கள் எழுந்துவிடும். உடனே

தொலைபேசியில் நேரம் காலம் பார்க்காமல் கூப்பிடுவது மொழி நிறுவனத்தில் பணியாற்றும் நண்பர் பா.ரா. சுப்பிரமணியத்தைத் தான். எந்தச் சிறு ஐயத்துக்கும் தொலைபேசியில் தொடர்பு கொண்டால் பொறுமையாகப் பதில் சொல்லும் அவருக்கு என் நன்றி. நூல் ஒன்றை எழுதி முடித்ததும் அதைச் செம்மைப் படுத்தும் வேலையில் நம்முடன் பணியாற்ற எப்போதும் ஒரு நட்பு தேவைப்படுகிறது. விவாதிக்கவும் சண்டைபோடவும் ஏற்ற நட்பு. முன்பு க்ரியா ராமகிருஷ்ணனுடன் இந்த அனுபவம். இந்த முறை இந்த சுவாரசியமான கட்டம் நஞ்சுண்டனுடன். என் முரட்டுச் சுபாவம் தெரிந்தும் என்னுடன் இந்தக் கட்டத்தில் இருக்க ஒப்புக்கொண்ட நஞ்சுண்டனுக்கு என் நன்றி

சோகமும் மனச்சோர்வும் கலக்கமும் நேரும்போதெல் லாம் என் சன்னல் வெளியே நீலமாய் விரிந்துகிடந்து ஆசுவாசப்படுத்தும் கடலுக்கும் நிதம் சண்டை, சச்சரவு, ஆர்ப்பாட்டம், அழுகை, கோபம் என்று என் வாழ்க்கையை நிரப்பியிருந்தாலும், சிரிப்பு, உல்லாசம், ஆனந்தம் இவற்றை யும் என் வாழ்க்கையில் கொண்டுவந்திருக்கும் தமிழே தெரியாத என் வளர்ப்புக் குழந்தைகள் கிந்து, கோலு, ஸோனு மூவருக் கும், என்னுடன் முப்பதேழு வருடங்களாகப் பயணித்தும் இன்னும் அலுப்பைத் தெரிவிக்காத சகபயணி விஷ்ணுவுக்கும் இத்தொகுப்பைச் சாத்தியமாக்கியதற்காக நன்றி.

மும்பாய்
நவம்பர் 2013

அம்பை

ராவணன் கோட்டை

நிறைய தமிழர்கள் வாழும் பாரீஸின் புறநகர்ப் பகுதியில் நுழைந்ததும் கண்ணில் பட்டது காகங்கள்தாம். காகங்கள் எல்லாம் பித்ருக்கள் என்பாள் அவள் அம்மா. பித்ருக்கள் கடல் தாண்டி பாரீஸுக்கு வந்தாகிவிட்டதா என்ன? இவை கரை யும் காகங்கள் அல்ல. மின்சாரக் கம்பிகள்மேல் மௌனத் தவம் புரியும் காகங்கள். புலம்பெயர்ந்த காகங்கள் போலும். இருந்தாலும் சற்றுப் பதை பதைப்புடன் இருந்த மனத்தைக் காகங்கள் ஆசுவாசப்படுத்தின.

பதைபதைப்புக்குக் காரணம் இவள் அந்தப் பகுதியில் இருந்த இந்தியத் தமிழ்ச் சங்கத்தில் பேச ஒப்புக்கொண்டிருந்ததுதான். பிறகுதான் இவளுடைய இலங்கைத் தோழி அதிலுள்ள சில சிக்கல்களை விவரிக்க ஆரம்பித்தாள்.

இவள் பெயர் திரிபுரசுந்தரி. மருத்துவர் என்ப தால் அவர்கள் இவள் பேச்சைக் கேட்க உற்சாகத் துடன் இருக்கலாம். மருத்துவ அனுபவம் போன்ற வற்றிலிருந்து அவர்கள் புலம் கடந்த வாழ்க்கையை உய்விக்க இவள் ஏதாவது ஆன்மிகத் தரிசனம் தருவாள் என எதிர்பார்த்திருக்கலாம். இவள் பேச ஒப்புக்கொண்ட தலைப்பில் பண்பாடு என்ற சொல் வேறு இருந்து தொலைத்தது. அது அவர்கள் மனத் தில் வானத்தை நோக்கிப் 'பெய்' எனச் சொல்லும் தமிழ்ப் பெண்ணையும் கிணற்றின் சகடையில் கயிற்றை அந்தரத்தில் நிற்க வைத்தவளையும் 'கொக் கென்று நினைத்தாயோ கொங்கணவா?' என்று கேட்ட பெண்ணையும் சிங்கத்தின் குகை போன்ற

கருப்பை உள்ளவளையும் 'மகனின் முதுகில் காயம் இருந்தால் பாலூட்டிய முலைகளை அறுத்தெறிவேன்' என்ற வீர அன்னையையும் உலவவிட்டிருக்கலாம்.

இந்தச் சாத்தியக்கூறுகளை இலங்கைத் தோழி சுட்டிக் காட்டியிருந்தாள்.

பண்பாடு என்று இவள் போட்ட தூண்டிலில் துள்ளிக் கொண்டு வரப்போவது அழகுச் சிறுமீன்கள் என இவள் நினைத்திருந்தால் அது பெரிய தவறு என்று கூறினாள். தூண்டிலில் பிடிபடப்போவது இவளால் இழுக்க முடியாத திமிங்கிலங்களாய் இருக்கும் என்றாள். பாரதி கண்ட பெண்மை, திருக்குறளில் நாம் காணும் தமிழ்ப் பெண் போன்ற ஆபத்தில்லாத தலைப்புகளை இவள் தந்திருந்தால் எந்தத் தொல்லையும் இருந்திருக்காது என விளக்கினாள்.

தோழியும் நிகழ்ச்சியின்போது உடன் இருந்தாள் பாதுகாப்புப் படையாக. குற்றம் சாட்டுவதுபோலக் காகங்கள் உற்றுப் பார்த்தன.

வரவேற்க வந்தவர்கள் முப்பது ஆண்டுகளுக்கு முன் பாரீஸுக்கு வந்த குடியேறிகள். மொழியின் தேவை மட்டும் காதில் பாய்ச்சிக்கொண்டவர்களாகத் தோன்றினார்கள். முதலில் சங்கக் காரியதரிசியின் வீட்டில் சிற்றுண்டி. மல்லிகைப்பூ போன்ற இட்லியும் சாம்பாரும் நல்லெண்ணெய்யுடன் மிளகாய்ப்பொடியும். கூடவே மைசூர்ப்பாகு. அன்புடன் பரிமாறினார்கள். அறுபதுகளில் பயணக் கட்டுரை எழுதியவர்கள் இத்தகைய உபசாரங்களில் புல்லரித்துப் போயிருப்பார்கள். தமிழ் உணவைக் கடல் கடந்த நாட்டில் தருபவர்களுடன் விட்ட குறை தொட்டகுறையோ பூர்வ ஜன்ம தொடர்போ என்றெல்லாம் உணர்ச்சிவசப்பட்டிருப்பார்கள். ஆனால் பண்பாடு பற்றிப் பேசப்போகிறவருக்குப் பண்பாட்டு உணவு என்றபடி இட்லியைத் தட்டில் வைத்ததும் சற்று திக்கென்றது. அவள் பேசவிருந்தது வேறு.

நாட்டு வைத்தியக் குடும்பத்திலிருந்து வந்தவள் அவள். மகப்பேற்றுத் துறையில் கரைகண்ட குடும்பம். அப்பாவுக்காக மருந்தைக் குழைத்து, வேர்களைத் தேடி, பச்சிலைகளைப் பறித்து, இடித்துச் சாறாக்கிக் காய்ச்சிப் பயின்றாள். இருந்தும் குடும்ப மருத்துவத்தைக் காக்க ஒரு பையன் இல்லையே என்று அவருக்கு மனக்குறை. சாகும்போதுகூட அதே குறை. அவளிடம் மருத்துவத்துக்கு வரும் தம்பதிகளும் ஆண் குழந்தை பிறக்க வழியுண்டா எனக் கேட்பார்கள். பல கிராமங்களில் அவள் சந்தித்த மருத்துவச்சிகள் தாங்கள் பல பெண்மகவுகளின் மூக்கில் இட்ட நெல் மணிகள் மனம் சோர்ந்த கண்களில்

சோறு தின்னும்போது தொண்டையை அடைத்ததாகச் சொன்னார்கள். தன் பெண்ணுக்குக் கல்வி தரத் தூரத்துச் சொந்தமான விதவை அத்தை இரவோடிரவாக ஓடிவந்து அவளிடம் தஞ்சம் புகவேண்டி வந்தது.

பேசுவற்குப் பல அனுபவங்கள் இருந்தன இப்படி.

சங்கடத்துடன் தோழியைப் பார்த்தாள். உரலில் தலையைக் கொடுத்தாயிற்று என்பதுபோல அவள் சைகை காட்டினாள்.

பேச்சு ஏற்பாடு செய்யப்பட்டிருந்த கூடத்துக்கு வெளியே பல பெண்மணிகள் பட்டுப் புடவையிலும் ஸல்வார் கமீஸிலும் இருந்தார்கள். ஒருவரை ஒருவர் ஃப்ரெஞ்சுப் பாணியில் அணைத்து முகமன் கூறிக் கொண்டார்கள். இளம் வயதினர் யாருக்கும் தமிழ் பேசத் தெரியவில்லை. ஃப்ரெஞ்சு மொழியில் பேசிக்கொண்டார்கள். தூரத்தில் நின்றுகொண்டு விநோதமான ஜந்துபோல இவளைப் பார்த்தார்கள். பெரியவர்கள் அருகில் வந்து எத்தனை குழந்தைகள், கணவருக்கு என்ன வேலை என்று குசலம் விசாரித்தார்கள்.

பேச்சுக்கு முன்பு சங்கத்தின் செயல்பாடுகள் பற்றி – பொங்கல் கொண்டாடுதல், பாரதி கவிதைப் போட்டி, கோலப் போட்டி, நாடகம், சொற்பொழிவுகள், தமிழ் வகுப்புகள், பட்டி மன்றங்கள் (தலைப்புகள்: கற்பில் சிறந்தவள் யார்? மாதவியா கண்ணகியா? குடும்பத்தை நடத்திச் செல்வது கணவனா மனைவியா? காதல் திருமணமா பெற்றோரால் முடிவுசெய்யப் பட்ட திருமணமா? எது சிறந்தது? இன்ன பிற) போன்றவை – காரியதரிசி விவரமாகக் கூறினார்.

அவள் பேசி முடித்ததும் சிலர் துள்ளி எழுந்தார்கள். 'ஆண்கள் தாலி கட்டிக்கொள்ள வேண்டும் என்று சொல்கிறீர் களா?' என முற்றிலும் வேறுகோணத்திலிருந்து ஒருவர் வெகுண்டு கேட்டார். அவையில் சிலர் கைதட்டினார்கள். 'கல் தோன்றி மண் தோன்றாக் காலத்துக்கு முன் தோன்றிய மூத்த குடியின் பெருமையைப் பற்றிப் பேசுவீர்கள் என்று கேட்க வந்தேன்' எனச் சொல்லிவிட்டுக் கையை இடையில் வைத்து, பேச்சில் இடைவெளிவிட்டுத் தலையை மேலும் கீழுமாக ஆட்டினார் இன்னொருவர். அவை உற்சாகக் குரல் எழுப்பியது. நூறு கிலோமீட்டர் தூரத்திலிருந்து கார் ஓட்டிவந்து தான் ஏமாற்ற மடைந்ததாகக் கூறினார். திரிபுரசுந்தரி என்னும் பெயரைக் கேட்டதும் ஆப்பிரிக்காவில் பல ஆண்டுகள் தங்கி, 'லக்ஷ்மி' என்னும் பெயரில் எழுதிய எழுத்தாளர் என நினைத்து வந்த தாகக் கூறினார் இன்னொருவர். 'லக்ஷ்மி' இறந்து பல ஆண்டு களாகிவிட்ட தகவலைக் கூறியதும் மனம் சோர்ந்தார்.

பண்பாட்டுத் துளைகளில் புகுந்துகொண்டு வளைகள் அமைத்துக் கொண்டு கொக்கரிக்கும் பண்பாட்டுப் பெருச்சாளிகளைக் கொல்லக் கடுமையான பாஷாணம் தேவை என இவள் கூறியது வன்முறையைத் தூண்டும் பேச்சு என்றும் அங்குள்ள இளைய தலைமுறையை அது தவறான பாதைக்கு இட்டுச் செல்லும் என்றும் இன்னொருவர் கூறினார். தோழியின் கருத்துகள் யார் காதிலும் விழவில்லை.

பெண்கள் மௌனம் சாதித்தனர். மெல்ல மெல்லக் கூட்டம் கலைய முற்பட்டபோது இளைய தலைமுறையினர் தயக்கத் துடன் இவளிடம் வந்தார்கள். ஆங்கிலத்தில் பேச ஆரம்பித் தார்கள். கேள்விகளும் கருத்துகளும் எழுந்தன.

'ஆன்ட்டி, சென்னையில் எங்க வயதுப் பெண்கள் ஆண்களோட பேசுவாங்களா?'

'என் க்ளாஸ் பையன்ககிட்ட நான் பேசக் கூடாதுன்னுட்டு எங்கம்மா சொல்றாங்க. அது நம்ப பண்பாடு இல்லையாம்.'

'ஃபோன்ல பேசினாக்கூட எங்கம்மா ஒட்டுக் கேட்கிறாங்க.'

'நீங்க தினம் காலையில எழுந்து கோலமெல்லாம் போட்டுச் சாமி கும்பிடுவீங்களா?'

'கண்ணகி என்று நிஜமாகவே ஒருத்தி இருந்தாளா?'

'உங்க வீட்டுல டிவி, மிக்ஸி, டிவிடி டெக் இதுமேல எல்லாம் துணி போட்டு மூடியிருப்பீங்களா? ஏன்?'

'அங்கே பெண்கள் தாவணிதான் போடுவாங்களா?'

'அப்பா அம்மா பார்த்த பையனைத்தான் கல்யாணம் பண்ணிப்பாங்களா?'

அந்த இளம் வயதினர் சாதி என்றால் என்ன என்று கேட்கவில்லை. அதைப் பற்றி எந்த ஐயமோ மறுப்போ இருக்க வில்லை. அது அப்படித்தான் இருக்கும் என்றார்கள். அது பண்டைய காலத்து விஷயம். அதெல்லாம் மாறாது, மாறக் கூடாது என்பதில் உறுதியாக இருந்தார்கள்.

திரும்ப ரயிலில் வந்தபோது காகங்கள் இருக்கவில்லை. கூடு தேடிப் போய்விட்டன போலும். மருத்துவச்சி அங்கம்மா வுக்குக் காகங்களைப் பிடிக்காது. எந்தக் காக்கை பறந்தாலும் 'கன்னங்கரேல்னுட்டு அதோட நெறம் அந்தப் புள்ளையோட கண்ணு மாதிரியே இருக்கு சுந்தரிம்மா. நான் மூக்குல நெல்ல வெச்சதும் கண்ணைத் தொறந்து காக்கை மாதிரி என்னக் கோணப் பார்வை பாத்திச்சு. மறுநா காலேல சமையக்கட்டு சன்னல்ல வந்து கத்த ஆரம்பிச்ச காக்கை மதியம்வரை கத்திச்சு' என்பாள். பாட்டி திண்ணையில் அமர்ந்து காக்கைகளை

விரட்டியபடி 'காக்கையா அது? காகாசுரன்' என்பாள். இங்குள்ள காகங்கள் ஹிட்ச்காக்கை நினைவூட்டுமா? அல்லது நந்தலாலா வையா?

இவள் தங்கியிருந்த குடும்பத்தினர் இறங்க வேண்டிய ரயில் நிறுத்தம் பற்றிக் கூறியிருந்தார்கள். இறங்கிய பிறகுதான் அதற்குப் பல வெளி வாயில்கள் உண்டு எனத் தெரிந்தது. ஒரு வாயில் வழியாக வெளியே வந்ததும் பாரீஸ் நகரம் மாறிவிட்டிருந்தது.

காலையில் இருந்த சாலைக் காய்கறிக் கடைகள் இருக்க வில்லை. ஒளி மங்கிய தெருக்கள். வீடுகள் ஆந்தைகள்போலத் தெரிந்தன. ஒரு தெருவைக் கடந்தால் இன்னொன்று. திரும்பி னால் மற்றொன்று. நீளப் போனால் முட்டுச் சந்து.

பின்வாங்கி நடந்தால் குறுக்குத் தெரு.

சுற்றிச் சுற்றி வந்தார்கள்.

மாலை நிகழ்வும் இந்த அலைச்சலும் தோழியைச் சிடுசிடுக்க வைத்தன.

திடீரென்று தெருவின் குறுக்கே ஃப்ரெஞ்சுப் பெருச்சாளி ஒன்று ஓடியது.

'ஆ!' என்று இவள் அலறியதும், 'ஏன் கத்தறீங்க? அதுவும் பண்பாட்டுப் பெருச்சாளிதான்' என்றாள் எள்ளலாக.

மேலும் சுற்றிச் சுற்றி நடை. அப்போதுதான் அந்த விளையாட்டு நினைவுக்கு வந்தது.

திருக்குமறுக்கான வழிகளில் புகுந்து புறப்படும் புதிர் விளையாட்டு. வெளிவாயில் என்று நினைத்தபடி முட்டுச் சந்துகளில் மோதிக்கொள்வது. பலமுறை திரும்பிய பிறகு நுழைவாயிலையே அடைவது. பாண்டவர்களுக்காகக் கட்டப் பட்ட அரக்கு மாளிகையில் இப்படிப்பட்ட வெளியேற முடியாத, சுற்றிச் சுற்றி வரும் பாதைகள் உண்டாம். அந்தக் காலத்துக் கோட்டைகள் இப்படிக் கட்டப்பட்டவைதானாம். அவற்றைச் சுய்யுக் கோட்டைகள் என்பார்களாம். சில சமயம் கோட்டையி லிருந்து சுழல்பாதை ஒன்று பிரதானக் கோவிலின் கர்ப்பக்கிருகத்தில் முடியுமாம். பத்திரிகைகளில் அச்சிடப்பட்ட புதிர்ப் பாதைகளில் பென்ஸிலை ஓட்டி விளையாடியதுண்டு. ஒரு பயணத்தின்போது ஒரு பூங்காவின் மூலையில் இருந்த குழப்பும் வளைபாதையில் விளையாட்டாய்ப் போனதுண்டு. சோதனைக்கூடங்களில் வெள்ளை எலிகளை இப்படிப்பட்ட முட்டும், மோதும், திறக்கும் பாதைகள் அமைந்த சிறு கட்டத்துக் குள் தானே ஓட விடுவார்கள்?

ஒரு கறுப்புச் சிலந்தியுடன் ஓர் இரவு

சில இடங்களில் இதை ராவணன் கோட்டை என்பார்களாம்.

தோழியிடம் கூறினாள்.

அதற்குள் எதிரிலிருந்துதான் அவள் தங்கியிருந்த வீடு என்று கண்டுபிடித்தார்கள். வெளிவாயிலில் எண்களை அழுத்த வேண்டும் கதவு திறக்க. சுற்றிலும் இருட்டு. எண்கள் தெரிய வில்லை. தோழி கண்ணாடி கொண்டுவரவில்லை. இவளுடையது அறையிலிருந்தது.

சரியான எண்களைத்தான் அழுத்தினார்களா அந்த வீடு தானா அந்தத் தெருதானா என்று கேட்டபடி அழுத்துக்கொண்ட போது படீரென வாயில் திறந்தது.

தோழியைப் பார்த்து, 'ராவணன் கோட்டை திறந்திடுச்சு' என்றாள்.

'சீக்கிரம் உள்ள போங்க. மூடிடப் போகுது' என்றாள்.

விடைபெற்றுக்கொண்டு தன் அறைக்கு வந்து படுக்கையில் படுத்துக் கண்ணை மூடியதும் கண்ணுக்குள் திருக்குமறுக்கான வீதிகள் விரிந்தன. ஆரம்பமும் முடிவும் இல்லாத வீதிகள். திடீர்த் திருப்பங்களும் கோணல் பாதைகளும். வீதிகளில் அங்கும் இங்கும் ஓடியபடி பெருச்சாளிகள். கரிய இறக்கைகளை விரித்து, மிதப்பதுபோல மேலே காகங்கள் பறந்தன. ஒரு முட்டுச் சந்தில் மோதிக்கொண்ட பெருச்சாளி அங்கேயே படுத்தபடி இவளைப் பார்த்தது. திடீரென்று சாலமன் பாப்பையாவின் குரலில் திருக்குறளை விளக்கியது. மனோகரா சிவாஜி கணேசன் குரலில் 'இப்போதுமா பொறுமை?' என்று கேட்டது. கண்ணாம்பா குரலில் 'இப்போதுதான் பொறுமை' எனப் பதில் தந்தது. 'வெள்ளியினால் செய்த ஏட்டில் நல்ல வைர எழுத்தாணி கொண்டு தெள்ளு தமிழ்ப் பாடம் படிக்கப் பள்ளியில் சேர்த்திட வருவார், மாமன் அள்ளி அணைத்திட வருவார்' என்று தாலாட்டு பாடியது. 'புத்தம் புதிய புத்தகமே உன்னைப் புரட்டப் போகும் புலவன் நான், ஏட்டைப் புரட்டிப் பாட்டுப் படிக்கும் வீட்டுப் புலவன் நாயகி நான்' என்று காதல் பாட்டு பாடியது.

காகங்கள் தாழ்வாகப் பறக்கத் தொடங்கின. ஒரு காகம் மிகவும் தாழ்வாகப் பறந்து தன் சிறகை இவள் கன்னத்தில் உரசிவிட்டுப் போயிற்று.

o o o

உயிர்நிழல், ஏப்ரல் – ஜூன் 2008

புலரி

சன்னலைத் திறந்ததும் கீழே புல்வெளியில் இதற்காகக் காத்திருந்ததுபோல் ஒரு சாம்பல்நிற முயல் ஒரு பக்கத்திலிருந்து இன்னொரு பக்கம் ஓடி, குறுகுறுவெனப் பார்த்தது. ஓட்டப்பந்தயம் ஒன்றுக்குத் தயாராவதுபோல மீண்டும் இருமுறை ஓடிப் பார்த்தது.

ஈஸ்ட் ஆங்லியா பல்கலைக்கழகத்தின் அந்த விருந்தினர் இல்லம் பல்கலைக்கழகத்தின் மற்ற பகுதிகளைப் போலவே திருத்தப்பட்ட காடுகளின் இடையே இருந்தது. காலை நான்கு மணிக்கே பறவைகளின் கூச்சல். ஆரஞ்சுக் கழுத்துக் குருவிகள், முற்றிலும் கறுப்பாய் அலகு மட்டும் மஞ்சளாய்ப் பறவைகள், சாம்பல்நிறத்தில் இறக்கையில் நீலக் கீற்றுடன் பறவைகள், சன்னலைத் திறந்தவுடன் வித்தை காட்டும் முயல்கள் என்று வனத்திடையே தூக்கமும் விழிப்பும்.

இரவின் கனம் இன்னும் இமைகள்மேல். இதயத்தின் மேலும். துர்கா பட்வர்தன் காலையில் தன் கடைசி மூச்சைவிட்டார் என்று முன் தினம் மின்னஞ்சலில் ஒரு வரிதான் வந்திருந்தது. ஒரு வரி. ஒரே ஒரு வரி. தொண்ணூறு வயது வாழ்க்கையின் முடிவு பற்றி. வருவதற்கு முன் தொலைபேசியில் பேசியிருந்தாள்.

'நான் வரட்டுமா தாயீ?'

'நீ பேச வேண்டியதைத் தயார்செய்துகொள். நான் எங்கே போகப்போறேன்? வந்த பிறகு வா.

இங்கே பெங்காலிப் புடவைக் கண்காட்சியிலிருந்து ரெண்டு புடவை வாங்கினேன் எனக்காக. நல்ல கறுப்புல ஒரு சாண் சிவப்புக் கரை. அப்புறம் மயில் பச்சையில சன்ன சரிகைக் கரை. நீ வா. காட்டறேன்.'

'உங்க குரல் சரியாக இல்லையே தாயீ?'

'அதெல்லாம் ஒண்ணுமில்லை. என்ன, சாமான் எல்லாம் கட்டித் தயாரா இருக்கேன் புறப்பட.'

'இப்பத்தான் ரெண்டு புடவை வாங்கியிருக்கீங்க. புறப்படத் தயார்னு சொல்றீங்களே!'

சிரித்தாள்.

'தாயீ, உங்க உயில்ல எந்தப் புடவை யாருக்குன்னு எழுதிடுங்க.'

'உயில்ல இதைத்தான் எழுதுவாங்களாக்கும்! எல்லாம் உங்க எல்லாருக்கும்தான். நீ சோம்பேறி. கஞ்சியே போட மாட்டே. உனக்கு எதுக்குப் புடவை?'

'சரி விடுங்க. தயவுசெய்து புறப்பாடு பற்றி எல்லாம் பேச வேண்டாம்.'

'ஸார்த்ர போயாச்சு. இந்த ஸிமான் தே புவாவுக்கும் வயதாயிட்டுது.'

ஸார்த்ர என்று குறிப்பிட்டது அவருடைய வாழ்க்கைத் துணைவரை. இருவரும் சேர்ந்து வாழ்ந்தார்கள். பக்கத்துப் பக்கத்து வீட்டில். ஒரே வீட்டில் இருக்கக் கூடாதா என்றால் அவர் வீட்டை அவரே ஒழுங்குபடுத்திக்கொள்ளட்டும் என்பாள். தன் ஆராய்ச்சி சம்பந்தப்பட்ட கோப்புகளையும் காகிதங்களை யும் கங்காதர் பவார் இறைத்துத்தான் வைத்திருப்பார். சில மாதங்களுக்கு ஒருமுறை இவளும் மற்ற மாணவர்களும்தான் போய் ஒழுங்குபடுத்த வேண்டும். துர்கா தாயீ அதற்கு முற்றிலும் மாறாகத் தன் வீட்டைப் பளிச்சென்று வைத்திருப்பாள். அவள் புத்தகங்கள் அத்தனையும் வரிசைக்கிரமமாக இருக்கும். அதைச் சுட்டிக்காட்டினால் கங்காதர் சிரித்தபடி, 'அதனால்தான் சாப்பிடவும் இரவு தூங்கவும் அவள் வீட்டுக்குப் போகிறேன்' என்பார். 'பெரிய ஜீனியஸ் என்று நினைப்பு' என்று தாயீ இடித்துக்காட்டுவாள். எண்பத்தாறு வயதில் அவர் புற்றுநோயால் நலிவுற்றபோது அவரைத் தன் வீட்டுக்குக் கூட்டிவந்து அவருக் கென ஓர் அறையை உருவாக்கி அதில் அவர் எதையும் இறைத்துப்போட அனுமதித்தாள். ஆனால் கங்காதர் ஒரு காகிதத்தைக்கூட இங்கே அங்கே வைக்கவில்லை. 'இறைத்துப்

போடக் காலம் கடந்து உன் அனுமதி கிடைச்சிருக்கு' என்றார் தாயீயிடம். இவர்கள் கேட்டபோது, 'தெரியாதா? சுத்தம் ஒட்டுவாரொட்டி வியாதி' என்று சொல்லிவிட்டுச் சிரித்தார்.

அவர் இறந்தபோது தாயீ ஓர் இளைப்பு இளைத்தாள். முதல்முறையாகப் படிகள் ஏறும்போது இவள் கைகளைப் பிடித்துக்கொள்ள ஆரம்பித்தாள். அவர் பிறந்த தினத்தன்று ஏதோ காரணமாகத் தாயீயின் வீட்டுக்குப் போனபோது மேஜையின் ஒரு புறம் கங்காதரின் புகைப்படத்திற்குக் கீழ் இரு பிச்சிப் பூக்கள் இருந்தன. வாழ்த்தட்டையில், 'என்றும் என் மனத்தில் இருக்கிறாய். உன் மூச்சுக்காற்றை என் வீட்டில் இறைத்துவிட்டுப் போய்விட்டாய். சுத்தம் செய்ய முடியவில்லை' என்று மராட்டியில் எழுதி வைத்திருந்தாள். அதைப் படித்த போது கண்கள் நிறைந்தன.

சில சமயம் கங்காதர் இறந்துபோனதை மறக்க ஆரம்பித் தாள். ஒருமுறை அவள் மணிக்கட்டு முறிந்து போட்ட மாவுக் கட்டைப் பிரிக்க மருத்துவமனைக்குக் கூட்டிக்கொண்டு போய் பிறகு வீட்டில் விட்ட பிறகு, 'இந்த மதிய வெய்யில்ல ஏன் திரும்பிப் போகிறாய்? இருந்துவிட்டுப் போயேன். கங்காதர் ஒண்ணும் சொல்லமாட்டார்' என்றாள்.

மாவுக்கட்டு பிரித்த அவள் மணிக்கட்டை நீவியபடி, 'தாயீ, புரொபஸர் இப்போ இல்ல' என்றவுடன், 'ஆமாம். சில சமயம் மறந்துபோகிறது' என்றாள். பலமுறை இரவு உணவுக்குச் சாப்பாட்டு மேசையில் இரண்டு தட்டுகளை வைத்தாள் என்று அவளுடன் இருந்த சாந்தாபாயீ சொன்னாள்.

மற்றவை துல்லியமாக நினைவிருந்தன. சுதந்திரப் போராட்டத்தில் தன்னுடன் இருந்த ஒருவரையும் மறக்க வில்லை. காந்தி பற்றிய விமர்சனங்களை மாற்றிக்கொள்ள வில்லை. வீட்டுச் சுவரில் அவர் புகைப்படம் சட்டமிட்டு மாட்டியிருந்தது. அதற்கு அணிவித்த கதர் மாலை மாற்றப்படுவது நிற்கவில்லை. 'அவர் ஆளுமையோட தாக்கம் எங்க எல்லா ரிடமும் இருந்துது. ஆனால் பிள்ளைகள் அப்பாவை மீறி வளர்றதில்லையா? அப்படி நாங்க அவரை விரும்பினாலும் அவர் சொன்னதை முழுதும் ஏத்துக்க முடியாம இருந்தோம். கங்காதரும் நானும் சேர்ந்து வாழச் செய்த முடிவைப் பாபூஜீ கட்டாயம் ஏத்திருக்கமாட்டார். 1950இலதான் நாங்க சேர்ந்து வாழ முடிவுசெய்தோம். எங்க நண்பர்களே அதை ஏற்கலை' என்று நினைவுகூர்வாள்.

அவள் தொடர்ந்து தன்னைச் செம்மைப்படுத்திக் கொண்டே இருந்தாள் ஒரு பிரதியைச் செய்வதுபோல.

ஒரு கறுப்புச் சிலந்தியுடன் ஓர் இரவு

ஜனாபாயின் பாடல்களைக் கேட்டு உருகினாள். தற்காலக் கவிதைகளையும் அதே ஆர்வத்துடன் படித்தாள். கங்குபாய் ஹங்கலின் குரலில் கிறங்கினாள். மைக்கேல் ஜாக்ஸனையும் தலையாட்டி ரசித்தாள். ஹிப்ஹாப் நடனங்களையும் பார்த்து அதிசயித்தாள். கணினியை வெகு இயல்பாக ஏற்றுக்கொண்டு அதை இயக்க ஆரம்பித்தாள். கணினிக்கு சாவித்திரிபாய் என்று பெயர் வைத்திருந்தாள். மகாத்மா ஃபுலேயின் மனைவி யின் பெயர்வைத்த கணினி தன் தோழி என்பாள்.

அவளுள் இருந்த சத்திய ஆவேசம் மட்டும் அடங்கவில்லை. கிழட்டுச் சிங்கம் விருட்டென்று எழுந்து பிடரியைச் சிலிர்த்துக் கொண்டு கர்ஜிப்பதுபோலச் சினம் கொள்வாள் சில சமயம். குஜராத் கலவரத்தை எதிர்த்து ஊர்வலம் போனபோது அவளுக்குக் கால் முறிந்திருந்தது. சக்கர நாற்காலியில்தான் வந்தாள். 'தாயீ, நடக்க முடியலியே? எப்படி ஊர்வலத்துல கலந்துப்பீங்க?' என்றபோது, 'கால்தானே இல்ல? பாதையை நான் தொலைக்கலியே?' என்றாள். கடந்த மாதம் ராஷ்ட்ரபதி பவன் முன்னால் அரசியல் ஊழலைக் கண்டிக்கத் தனி ஆளாகச் சத்தியாக்கிரகம் பண்ணப்போவதாகக் கூறி டெல்லிக்குப் பயணச்சீட்டு எடுக்க நச்சரித்தாள். அத்தகைய சத்தியாக்கிரகம் மதிப்பற்றுப் போய்விட்டது எனப் பலமுறை கூறி அவளைச் சமாதானப்படுத்த வேண்டி வந்தது.

நேற்று இல்லாமல் போய்விட்டாள்.

தன் புத்தகம் ஒன்றின் மறுபதிப்பு வெளியீட்டு விழாவுக்குக் கிளம்பியவள் விமான நிலையத்திலேயே – விமானம் ஏறும் முன்பே, ஏறுவதற்கான அறிவிப்பை எதிர்பார்த்தவாறு – தினசரி ஒன்றைக் கையில் வைத்துக்கொண்டு மெல்லச் சரிந்துவிட்டாள். விவரங்கள் இரண்டாம் மின்னஞ்சலில் வந்தன. முக்கல் இல்லை. முனகல் இல்லை. கரைந்துபோய்விட்டாள்.

நாரிச்சில் அப்போது மெல்லிய குளிர்தான் மென் காற்றுடன்.

நண்பன் ஒருவன் ஊருக்குள் கொண்டுபோய் விட்டபிறகு நடக்க ஆரம்பித்தாள். கடந்த காலத்தைக் கணக்கிடும் நடை. விறுவிறுவென்றும் நிதானமாகவும் வீறுகொண்டும் தளர்ந்தும் நின்று நின்றும் மேற்கொண்ட நடை. முடிவில் அந்தத் திருக்கோவிலின் முன்னால் வந்து நின்றாள். மிகவும் புராதன மான கோவில் என்று அங்கிருந்த கல் அறிக்கை கூறியது. பாரீஸின் நாத்ர தாமைப் போல் உயர்ந்து நின்றது.

உள்ளே நுழைந்தாள்.

பிரம்மாண்டமாக இருந்தது. நீண்டுகொண்டேபோன பிரார்த்தனைக் கூடத்தின் இரு பக்கங்களிலும் கூரையைத் தொட்டபடி எழுந்த ஓவியங்கள் வரைந்த, வண்ணம் தோய்ந்த கண்ணாடி சன்னல்களின் ஊடே மாலைவேளையின் மெல்லிய வெளிச்சம் உள்ளே பரவியது. கூடத்தின் மறுமுனையில் குழந்தை ஏசுவுடன் மாதா. கூடத்தின் ஆரம்பத்தில் இரும்பாலான மிகப் பெரிய பூகோள உருண்டையினுள்ளும் வெளிவட்டத் திலும் மெழுகுவர்த்தி ஏற்றும் சிறு அகல்கள். யாரோ சிலர் ஏற்றிய மெழுகுவர்த்திகள் சிறு நட்சத்திரங்கள்போல் ஒளிர்ந்து கொண்டிருந்தன. பிரார்த்தனைக் கூடத்தில் ஒருவரும் இல்லை. மாலை ஒளிக் கயிற்றைப் பற்றிக்கொண்டு கூடத்தைச் சுற்றி வந்தாள்.

ஒரு பக்கத்திலிருந்து இவளை நோக்கிச் சாமியார் வந்தார்.

'மாலை கீதத்துக்கு இருப்பீர்களா?' என்று கேட்டார்.

சற்றுத் தயங்கி, 'தெரியாது' என்றாள்.

அந்தப் பக்கத்துக் கதவைத் திறந்தால் நீண்ட ரேழியும் அந்தி ஒளியில் நனைந்த புல் வெளியும். புல்வெளியின் நடுவே புதிர்ப்பாதை ஒன்று இருந்தது. சில குழந்தைகளும் பெரியவர் களும்கூட மாறி மாறித் திரும்பும் பாதைகளில் நடந்தவண்ணம் இருந்தார்கள். எல்லோரும் போனபின் இவளும் அந்தச் சுழல் பாதைகளில் மெல்ல நடக்க ஆரம்பித்தாள். இப்படியும் அப்படி யும் போகும் திருப்புப் பாதைகளில் நடந்து மையத்தை எட்டிப் பின்னர் மீண்டும் நடந்து வெளியே வந்தாள். ரேழியை எட்டிய தும் மாயத் தோற்றம்போல் திருக்கோவிலின் சாமியார் ஒருவர் நின்றுகொண்டிருந்தார். பல காலம் வாழ்ந்த முனிவரைப் போல் தோற்றம். முகம் முழுவதும் நண்டுகள் நடந்த மணற் பரப்புபோல் சுருக்கங்கள்.

மென்மையான குரலில் 'இந்தப் புதிர்ப்பாதையில் விளையாட்டுக்காகவும் வேண்டுதலுக்காகவும் பிரார்த்தனைக் காகவும் மனம் சமனப்பட்டுச் சாந்தி அடையவும் நடக்கலாம். மிகப் புராதனமானது இது' என்றார் ஆங்கிலத்தில்.

பிறகு மெல்ல, 'மனத்துக்கு மிக நெருங்கியவர்கள் மறைந்து விட்டால் துக்கம் கொண்டாடும் விதமாகவும் இதில் நடக்க லாம்' என்றார் இவளைக் கூர்ந்து நோக்கியபடி.

இவள் பதிலை எதிர்பார்க்காமல் போய்விட்டார்.

மீண்டும் பிரார்த்தனைக் கூடத்தில் நுழைந்தபோது மின் விளக்குகள் மென் ஒளியை உமிழ்ந்துகொண்டிருந்தன. வண்ணம்

தோய்ந்த கண்ணாடிச் சன்னல்கள் வழியே அந்தியின் மென் சிவப்பு. இற்று விழும் நூலாய்.

மெழுகுவர்த்தி அருகே இருந்த உண்டியலில் பணத்தைப் போட்டு மெழுகுவர்த்தி ஒன்றை எடுத்தாள். இரும்புப் பூகோள உருண்டைக்கு அருகில் போய் அதன் மைய அகலில் மெழுகு வர்த்தியை ஏற்றிவைத்தாள். சுடர் சிறிது நேரம் படபடத்தபின் நிலைத்தது.

தீபம் ஏதோ சமிக்ஞை செய்ததுபோல் மாலைக் கூட்டணி கீதம் எழுந்தது இயந்திரப் பியானோவின் துணையுடன்.

பிரார்த்தனைக் கூடத்தில் ஒருவரும் இல்லை. அவள் மட்டுமே. பரவும் அலையாய் எழும்பிப் பின் சுழன்று சுழன்று மேலே போன கீதம் அவளைப் பிரார்த்தனைக்கான இருக்கை யில் இருத்தியது.

கண்களில் கண்ணீர் மெல்லக் கசியத் தொடங்கியது.

இரவெல்லாம் அவள் புதிர்ப்பாதையில் நடந்தபடி இசையின் இழுப்பில் சுழன்றபடியிருந்தாள்.

இப்போது கண்ணெதிரே முயலின் தாவல்.

திருத்தப்பட்ட காடுகளின் நடுவில் ஓர் ஆறு இருந்தது. ஆற்றின் கரையில் உலாத்தத் தீர்மானித்தாள். அதற்கான உடையும் காலணியும் அணிந்து வெளியே வந்ததும் முயல் அவளுக்கு முன்னே வழிகாட்டுவதுபோல் துள்ளி ஓடியது.

கொஞ்சம் நடந்ததும் எதிரே ஆறு. பறவைகள் திடீர் மௌனத்துடன் மரங்களில் புகுந்துகொண்டன. சற்று தூரத்தே ஒரு வண்டி சத்தமிடாமல் நின்றது. மீன்பிடிப்பதற்கான தூண்டில்களுடனும் அதற்குரிய மற்ற சாதனங்களுடனும் தொப்பி அணிந்த இருவர் வண்டியிலிருந்து இறங்கிக் கரையில் இருந்த மரப்பாலத்தில் அமர்ந்து தூண்டில்களை இறக்குவது தெரிந்தது. வெகுதூரத்தே நாய்களை நடத்தியபடி சிலர். ஆறு அதன்போக்கில் ஓடியபடி. சாந்தமாக.

துர்கா தாயீ, இறுதியாக சாந்தி பெறும் இடம் ஒன்று இருக்கிறது என நீங்களும் நானும் நம்பவில்லை. இறப்பு வெறும் இறப்புதான் என்பீர்கள். என் தொண்டைக் குழிக்குள் இருக்கும் அடைப்பு போகவில்லை இன்னும். அதை எப்படி இளக்குவது என்று தெரியவில்லை.

நினைத்து முடிந்ததும் ஹ்ம் என்று சுருதி ஒன்று மனத்தில் ஓடியது.

திடீரென எப்போதோ சிறுமியாக இருந்தபோது பள்ளியில் பயின்ற சுத்தானந்த பாரதியின் பாடல் வாயிலிருந்து வெளிப் பட்டது.

பலப்பலவெனும் காலை
பாடும் புள்ளோசை போலும்
பாற்கடல் உளம் துள்ளி
ஆர்க்கும் கர்ஜனை போலும்
மலர்களைக் கொஞ்சிவரும்
மந்தமாருதம் போலும்
மதுவுண்ட வண்டினம்
வளர்க்கும் ரீங்காரம் போலும்
ஐங்கார சுருதி செய்குவாய்
ஜீவ வீணையில்...

பாடல் பூர்வி கல்யாணியில் பீறிடலாய் மௌனத்தைக் கிழித்தபடி வெடித்து வந்தது. பாடலின் ஒலி கேட்டு அதிசயிப்பது போல் மெல்லிய காற்றில் மரக் கிளைகள் ஊஞ்சலாய் ஆட, பறவைகள் உடனே பல மொழிகளில் கீச்சிட ஆரம்பித்தன.

அந்தப் புரியாத ஒலிகள் ஆற்றுவதுபோல் வந்து தொண்டையை வருடின. வழிகாட்டிவிட்டு மறைந்துபோன சாம்பல்நிற முயல் பயமில்லாமல் துணை தர நிற்பதுபோல் வெகு அருகே வந்து நின்றது. எங்கிருந்தோ ஒரு கறுப்பு வெள்ளை நாய்க்குட்டி ஓடிவந்து காலை நக்கியது. பழுப்பும் மஞ்சளுமாய் மைனாக்கள் பறந்து வந்து சற்றே எட்டத்தில் அமர்ந்தன. பாட்டின் ஒலி மீன்பிடிப்பவர்களைத் தொந்தரவு செய்ததா எனத் தெரியவில்லை. தொப்பிகள் திரும்பின இவள் பக்கம்.

அந்த மந்திரக் கணத்தில் சூரியனின் ஒளிக் கதிர்கள் பூரணமாக வெளிக் கிளம்ப, பொழுது புலர்ந்தது.

o O o

டைம்ஸ் இன்று தீபாவளி மலர், 2011

பயணம் 11

அம்மா கேட்டிருந்த இளம் பச்சைக் கம்பளி நூலும் அவளுடைய தோழியின் பேத்திக்காகக் குழந்தைகளுக்கான ஆயத்த உடைகளும் கரோல்பாக் கடைகளில் அலைந்து வாங்கியாகிவிட்டது. அப்பா வுக்காக ஷர்ட் துணி எடுக்கக் கடைக்கு வந்தாகி விட்டது. கண் முன்னால் கடைச் சிப்பந்தி துணி களைப் பட்பட்டென்று எடுத்துப்போட்டு விரித்தார்.

அப்பா நல்ல ஆஜானுபாகு. அரைக்கை ஷர்ட் தான் அணிவார். குழந்தைகளாக இருந்தபோது, அப்பா அலுவலகம் கிளம்ப, கோட்டு அணிந்ததும் 'கமலு, சந்துரு...' என்று குரல் கொடுப்பார். இதற்காகவே காத்திருந்தவர்களைப் போல் ஓடி வந்து, தம்பி ஒரு பக்கமும் அவள் ஒரு பக்கமுமாக நின்றுகொண்டு கோட்டின் கைக்குள் தங்கள் சின்ன கைகளை நுழைத்துக் கோட்டு அணிந்ததால் சுருண்டு மேலே போய்விட்ட ஷர்ட்டின் அரைக் கைகளைப் பிடித்து இழுப்பார்கள். 'ஷர்ட் இழுப்பது' அவர்களுக்குப் பிடித்த ஒன்று.

இழுத்து முடித்ததும் அப்பா கிளம்பிவிடுவார். பிறகுதான் அம்மா உள்ளேயிருந்து வந்து கதவருகே நிற்பாள்.

'நிதானமாய்ப் போங்க' என்பாள் தினமும். தோட்டக் கதவை அவர் திறந்துகொண்டு போகும் வரை பார்த்துக்கொண்டு நிற்பாள்.

மாலை அப்பா திரும்பியதும் அவருடைய கோட்டையும் ஷர்ட்டையும் தனித்தனி மாட்டிகளில் போட்டு மரத்தாங்கியில் மாட்டிவைப்பது அம்மாவின் வேலை.

கடைச் சிப்பந்தியிடம், 'பாலியெஸ்டர், டெர்ரிகாட் எதுவும் வேண்டாம். காட்டன் போதும்' என்றாள்.

அப்பாவுக்குப் பருத்தி உடைதான் பிடிக்கும்.

அப்பாவுக்குப் பிடித்த இள நீலத்திலும் இளம் பழுப்பிலும் துணிகளைத் தேர்ந்தெடுத்த பின் அப்பா மாதிரி யாராவது இருக்கிறார்களா என்று சுற்றும் முற்றும் பார்த்தாள். கல்லாவில் உட்கார்ந்திருந்த கடைக்காரரே கிட்டத்தட்ட அப்பா மாதிரியே இருந்தார்.

கடைச் சிப்பந்தியிடம் அவரைச் சுட்டிக்காட்டி, 'இந்த ரெண்டு பீஸ்லயும் அவர் அளவுக்கு அரைக்கை ஷர்ட் தைக்கத் துணி வெட்டிக் குடுங்க' என்று கூறினாள்.

அவரும் மளமளவென வெட்டிவிட்டு, 'எங்க டெய்லரே தைப்பார் மேடம்' என்றார்.

'இல்ல இல்ல. இதை பெங்களூரிலதான் தைக்கணும்' என்றாள்.

இரண்டு துணித் துண்டுகளையும் ப்ளாஸ்டிக் பையில் போட்டுத் தந்தார்.

கடைக்கு வெளியே வந்ததும் மூலையில் இருந்த ஒரு சின்ன கடையில் நுழைந்து இலாய்ச்சி சாய்க்குச் சொல்லிவிட்டு அமர்ந்தாள்.

பையைப் பார்த்துவிட்டு ஹிந்தியில் 'ஊருக்கா?' என்று டீக்கடைக்காரர் விசாரித்தார்.

ஹிந்தியில் ஊருக்கு என்று சொல்லும்போது 'காவ்' என்றுதான் குறிப்பிடுவார்கள். கிராமம் என்று பொருள். டெல்லி நகரத்திலிருந்து பயணப்படுபவர்கள் எல்லோரும் அவரவர் கிராமங்களுக்குப் போகிறார்கள் என்று அனுமானம். எல்லோருக்கும் போக ஒரு கிராமம் இருந்தது. அது பஞ்சாபிலோ உ.பியிலோ பீகாரிலோ ஆந்திரப் பிரதேசத்திலோ தமிழ் நாட்டிலோ துண்டு நிலத்தையும் வீட்டையும் அவர்களுக்காக வைத்திருக்கும் கிராமம்.

கோடை விடுமுறைவிட்டதும் அவரவர் கிராமத்திற்கான பயணங்கள் தொடங்கிவிடும். கிராமம் அல்லாத நகரங்களுக்குப்

போகிறவர்கள்கூட கிராமத்துக்குப் போவதாகவே சொல்லிக் கொள்வார்கள்.

சோஹன் ஹல்வா, காசி ஹல்வா, தூத் பேடா, பஞ்சாபி உடைகள், நைலான் புடவைகள், 'அழகாக இருப்பது என் குற்றமல்ல', 'மேடும் பள்ளங்களும்', 'மனிதனாக இரு', 'இயற்கையைக் காப்பாற்று' வாசகங்களுடன்கூடிய, நடை பாதைகளில் விற்கும் டி ஷர்ட்டுகளைக் கனாட் ப்ளேஸிலும் கரோல்பாகிலும் பெங்காலி மார்க்கெட்டிலும் அலைந்து வாங்குவது தொடங்கிவிடும்.

டீக்கடைக்காரரிடம், 'ஆமாம்' என்றாள்.

'ரொம்ப தூரமா?'

'ஆமாம். பெங்களூர்' என்றாள்.

ஏலக்காய் வாசனையுடன் இலாய்ச்சி சாய் வந்தது. சுடச் சுடப் பஞ்சாபி சமோசா பொரித்துக்கொண்டிருந்தார்கள் பெரிய வாணலியில். ஒரு சமோசாவுக்குச் சொல்லிவிட்டு, அது வந்ததும், அதை விண்டு பச்சை, சிவப்புச் சட்னியில் முக்கி எடுத்து வாயில் போட்டபடி தேநீரைப் பருக ஆரம்பித் தாள்.

மறுநாள் கிளம்பப் பயணச்சீட்டு பதிந்தாகிவிட்டது. நீண்ட பயணம். ரயிலில் படிக்க இரண்டு பெரிய நாவல்களை எடுத்துவைத்தாகி விட்டது. வரப்போவதாகச் சொல்லியாகி விட்டது அப்பாவிடமும் அம்மாவிடமும் தனித்தனியாகத் தொலைபேசியில். அம்மாதான் என்னென்ன வாங்க வேண்டும் என்று பட்டியல் தந்தாள். அப்பா கடந்த ஐந்து வருடங்களாகவே தனக்கென்று எதையும் வாங்குவதை நிறுத்தி யாகிவிட்டது. அதற்கு முன்பே வருடத்துக்கு மூன்றுமுறைதான் உடுப்பெடுப்பார். பொங்கல், தீபாவளி, பிறந்தநாளுக்காக. இப்போது அதுவும் இல்லை. யாராவது தந்தால் ஏதாவது விசேஷத்துக்காக எடுத்துவைத்துவிடுவார். 'எண்பது வயதாகி விட்டது. பொட்டென்று போய்விட்டால் உடுப்புகள் வீணாகி விடும்' என்பார்.

சாயாவுக்கும் சமோசாவுக்குமான பணத்தைத் தந்துவிட்டு ஆட்டோவில் ஏறினாள்.

000

ஷர்ட் துணிகளைக் கையில் தந்ததுமே, 'இது எதுக்கு?' என்றார் அப்பா. 'இருக்கட்டும்பா. நான் இருக்கறப்பவே தெச்சுட லாம்' என்றாள்.

'அத்தனை தூரம் போகணுமே?' என்றார்.

அப்பாவுக்கு ஷர்ட் தைக்க எம். ஜி. ரோடுவரை போக வேண்டும். அங்கே ஆங்கிலப் பெயருடன் பெரிய தையல் கடை. ஆனால் நடத்துபவர் என்னவோ கேரளத்துக்காரர். ஜேம்ஸ். சக ஊர்க்காரரைப் பார்த்ததும் அப்பாவுக்கு உற்சாகம் பொங்கிவிடும். அப்பா படித்ததெல்லாம் மலையாளத்தில் தான். அம்மாவை மணந்தபின்தான் தமிழே பேசக் கற்றுக் கொண்டார். 'சுதந்திரச் சங்கு' பத்திரிகையின் பெயரை அவர் 'சுதந்திரச் சங்கூ' எனப் படித்ததை அம்மா வீட்டார் இன்னும் சொல்லிச் சொல்லிச் சிரிப்பார்கள். அம்மா அப்பாவுக்கு எழுதிய கடிதங்களில் விவரங்களும் வேதனைகளும் மகிழ்ச்சியும் மனச்சோர்வும் தெளிவான தமிழில் இருக்கும். அப்பாவின் பதில் கடிதங்களில் அன்பு நிறைய இருக்கும். சொற்பிழைகளும். அம்மா கூறியதுதான்.

அப்பாவைவிட இளையவரானாலும் அப்பாவைப் பார்த்தவுடன் ஜேம்ஸும் உற்சாகமாகிவிடுவார். ஸ்பெஷல் காப்பி வரும். ஊர்க்கதை, அரசியல், நண்பர்கள் பற்றிப் பேச்சு நடக்கும். அதற்குப் பிறகுதான் ஷர்ட் துணியே வெளியே வரும். அப்பாவின் அளவு, அவருக்குப் பிடித்த தினுசு எல்லாம் ஜேம்ஸுக்குத் தெரியும்.

தைக்கக் கொடுக்கப் போவது, தைத்ததை வாங்கி வருவது இரண்டுமே இரு உற்சாகப் பயணங்கள்தாம் அப்பாவுக்கு.

'போகலாம்பா. நான் கூட்டிட்டுப் போறேன்' என்றாள்.

'ஏழெட்டு வருஷமாப் போகலை' என்றார் அப்பா.

'போகலாம், ஆட்டோல போகலாம்' என்றாள்.

மாலை கிளம்பத் தயாரானார் அப்பா. ஆட்டோவை அவள் கூட்டிவந்ததும் அமர்ந்துகொண்டு அக்கம்பக்கமெல்லாம் மாறிவருவது பற்றிச் சொல்ல ஆரம்பித்தார். எம். ஜி. ரோடில் ஆட்டோ நுழைந்ததும் கடை இருக்குமா எனச் சந்தேகப் பட்டார். கடை இருந்தது. அவள் ஆட்டோவுக்குப் பணம் கொடுத்துக் கொண்டிருந்தபோதே விரைந்து கடைக்குள் போனார் அப்பா. 'ஜேம்ஸ்' என்று அவர் கூவுவது கேட்டது.

இவள் உள்ளே போனபோது, அப்பாவுக்கு நல்ல சர்க்கரைக் காப்பியும் தனக்குச் சர்க்கரை இல்லாத காப்பிக்கும் ஜேம்ஸ் சொல்லிவிட்டார். டயாபடிஸ் என்று விளக்கினார். இவளைப் பார்த்ததும் குளிர் பானம் தருவித்தார்.

ஒரு கறுப்புச் சிலந்தியுடன் ஓர் இரவு

இருவரும் காப்பியைக் குடித்தபடி மலையாளத்தில் பேச ஆரம்பித்தார்கள். அப்பாவின் நண்பர்கள் பேசுவதால் அவளுக்கும் மொழி புரிந்தது. சற்றுத் தள்ளி அமர்ந்துகொண்டாள்.

'வந்து பத்து வருஷம் இருக்குமா?'

'இல்லையே? எட்டு வருஷம் முன்னால வந்தேனே? என் தம்பி யு.எஸ்ல இருந்து வந்தப்ப வந்தேனே? மறந்துபோயிட்டியா?'

'ஆமாம், ஆமாம். ஞாபகம் இருக்கு.'

'கடை இருக்குமோ இல்லியோன்னு கவலைப்பட்டேன்.'

'இன்னும் அஞ்சாறு வருஷம் இருக்கும் சேட்டா. அப்புறம்...' மேலே கையைக் காண்பித்தார்.

'ஏன்?'

'பையனுக்குப் பிடிக்கலை. அவன் இஞ்சினியர். இது கேவலமாம். கடை ஒரு கோடிக்கு மேல் போகும். நான் மேல போன உடனே இதுவும் போய்விடும்.'

'அப்படிச் சொல்லாத ஜேம்ஸ்.'

'அதுதானே நிஜம்? என்ன பண்ண முடியும்? உங்க தம்பி அமெரிக்கால இருந்து வந்து என்கிட்ட சூட் தெச்சார். லேட்டஸ்டு ஸ்டைல்ல தைக்கலியா? கையில கத்தரிக்கோலப் பார்த்தாலே கத்தறான். அவன் குழந்தைகளுக்கு எல்லாம் ரெடிமேட்தான்.'

'சரி விடு. அந்த வெங்கட்ராமன் ரிடையெர்டு அக்கௌண்ட்ஸ் ஆபீசர், வந்தாரா எப்பவாவது?'

'என்ன சேட்டா, அவர் போய் அஞ்சு வருஷமாச்சே!'

'அப்படியா? எனக்குத் தகவலே வரலை.'

'ஆமாம் சேட்டா. இங்க ஷர்ட் தைக்கக் குடுத்திருந்தார். வாங்கவே வரலை. ஃபோன் போட்டதும் அவர் மகளோ மருமகளோ, "அப்பா போய் இது பத்தாவது நாள்"னு சொன்னாங்க. ஃபோனை வெச்சுட்டேன். ஷர்ட்டை அப்புறம் குடுத்தனுப்பினேன்.'

'அந்த பிடபிள்யூடி குமாரசாமி?'

'அவர் கதையே வேற சேட்டா. இங்க இருந்தாரா? டெல்லியில மகனோட போயிருக்கறதா ஏற்பாடு. எல்லார்கிட்டயும் சொல்லியாச்சு. மகன் வந்து, "இப்ப சௌகரியப்படாது"ன்னு சொல்லிட்டான். இவருக்கு மனசு உடைஞ்சுபோச்சு. இங்க

அம்பை

வந்து கதறினாரு. பம்பாய்ல பொண்ணுகிட்ட போறேன்னாரு. அவ ரொம்ப ஆசையாக் கூப்பிட்டாள்ளாம். அவ வீட்டுக்காரர் ஏர்லைன்ஸ்ல இருக்கார் இல்லையா? அவர் ரெண்டு ஃப்ளைட் டிக்கட் அனுப்பிச்சாரு. ஃப்ளைட்ல போயிட்டிருந்தபோதே குமாரசாமி போயிட்டாரு ...'

'என்ன சொல்ற ஜேம்ஸ்? எப்படித் தெரியும் உனக்கு?'

'பேப்பர்ல வந்துதே? சேட்டன் பார்க்கலியா?'

'இல்லியே? அந்தம்மா ...?'

'அவங்க பம்பாய்ல இருக்காங்க.'

'கோபிகிருஷ்ணனும் மனைவியும் கோட்டயத்துல செட்டில் ஆயிட்டாங்க இல்லையா? தொடர்பே இல்ல.'

'அந்தம்மா போன மாசம் வந்துட்டுப் போனாங்க பேரனுக்குச் சட்டை தைக்க. இங்க மகளைப் பார்க்க வந்தாங்களாம்.'

'அவரு, கோபி ...?'

'அதையேன் கேக்கறீங்க சேட்டா? யாரையோ பார்க்க ரெண்டு பேருமாப் போயி, சுனாமில அகப்பட்டுக்கிட்டு, ஒரு வாரம் ஹாஸ்பிடல்ல இருந்து கோபி போயிட்டாரு. இந்தம்மா பொழச்சிட்டாங்க ...'

'ஐயோ!'

'ரகுராமன் கதை இன்னும் மோசம் சேட்டா. என்னவோ வேகமாப் பரவுற கேன்சராம். மூணே மாசம். ஆள் அவுட்.'

'எந்த ரகுராமன்?'

'சேட்டன் மறந்து போயாச்சா? உங்க சினேகிதர் ராஜேந்திரனோட வேலை செய்தவர். நீங்க மூணு பேரும் ஒரு தடவை ஒரே கலர்ல ஷர்ட் தைக்கக் குடுக்கலையா?'

'ஓ ஆமாம். ராஜேந்திரன்தான் கலிஃபோர்னியா போயிட்டார் ...'

'ஆமாம் அங்கேயிருந்து ஒரேயடியாப் போயாச்சு ...'

'என்னது?!'

'ஆமாம். அதைச் சொல்லத்தான் ரகுராமன் இங்கே வந்தார். இந்தப் பக்கம் வந்தபோது கடைக்கு வந்து சொன்னார். அது என்னவோ உங்களைக் கூப்பிட்டாராம். யாரும் ஃபோன்

எடுக்கலியாம். ஆறு மாசம் கழிச்சு அவர் மகன் இங்க வந்த போதுதான் ரகுராமனே க்ளோஸ்னு தெரிஞ்சுது.'

'ஒருத்தர்கூட இல்லாம போயிட்டாளே ஜேம்ஸ்!'

'சேட்டா, உங்க சகபாடிகள் அத்தனை பேரும் போயாச்சு. நீங்க திடமா இருக்கீங்க. வாங்க, சொல்லுங்க. என்ன ஷர்ட் தைக்கணும்?'

இவள் துணிகளை எடுத்துத் தந்தாள்.

'டெல்லியில இருக்கியாம்மா? நல்ல துணிதான். அப்பாவோட அளவு எல்லாம் இருக்கு.'

'சீக்கிரம் வேணும் ஜேம்ஸ் அங்கிள்.'

'அதுக்கென்னம்மா? ரெண்டு நாள்ள தந்துடறேன். அப்பாவை பத்திரமாக் கூட்டிட்டுப் போ. ஒரு கல்யாணம் பண்ணிக்கக் கூடாதா?'

'மாப்பிள்ளை பாருங்களேன். பண்ணிக்கறேன்.'

'ஹோஹோஹோ! நல்ல தமாஷ்' என்று சொல்லிவிட்டுச் சிரித்தார்.

அப்பாவும் இவளும் வெளியே வந்து, ஆட்டோ பிடித்து அமர்ந்தார்கள்.

அப்பா மௌனமாக வந்தார். கப்பன் பார்க் அருகே வண்டி திரும்பியதும் இவள் கையைத் தொட்டு, 'ஒரு ஷர்ட் மட்டும் தைக்கக் குடுத்திருந்தா போதுமோ என்னமோ' என்றார் மெல்ல.

நரம்பு புடைத்த அவர் கையைத் தன் கையில் வைத்துக் கொண்டு, அவரைப் பார்த்துப் புன்னகைக்க முயன்றாள்.

○ ○ ○

பயணம் 12

அந்தமுறை எவ்வளவு முயன்றும் முன் கூட்டியே பயணச்சீட்டைப் பதிய முடியவில்லை. பெங்களூரு ரயிலடியில் அம்மா டிக்கெட் பரிசோதகர் ஒருவரைப் பிடித்து வெகுவாகக் கேட்டுக்கொண்ட பின் உட்கார சன்னல் பக்க இருக்கை கிடைத்துவிட்டது. இரவு நேரமாகி விட்டால் வண்டி கிளம்பும்வரை அம்மாவால் இருக்க முடியவில்லை. தெரிந்த ஆட்டோக்காரர் வெளியே காத்துக்கொண்டிருந்தார். பங்கார்பேட்டை ஜங்ஷனில் வண்டி நின்றதும் சாப்பிடுவதற்காக வழக்கம்போல் அம்மா தந்த சாப்பாட்டுப் பொட்டலம் கையில் இருந்தது. அதில் என்ன இருக்கிறது என்பதை அவள் பங்கார்பேட்டையில்தான் திறந்து பார்க்க முடியும். அம்மாவின் நிபந்தனை. சில சமயம் அதில் சாக்லேட் கேக் இருக்கும். சில சமயம் ஜாங்கிரி. தேங்காய் போட்ட கொத்துக் கடலைச் சுண்டல், மிளகாய்ப் பொடி தடவிய இட்லி, குஜராத்திகள் செய்யும் டால் டோக்ளா என ஏதாவது ஒன்றை அவளை ஆச்சரியப்படுத்துவதற்காகவே வைத்திருப்பாள் அம்மா. ஒருமுறை வாழை இலையில் பொதிந்த நெய் ஒழுகிய முந்திரி, ஏலம், திராட்சை போட்ட ரவா கேசரியும் பஜ்ஜியும் வைத்திருந்தாள். இன்னொருமுறை கோதுமை அல்வாவும் சின்ன வட்டங்களாகத் தட்டிய அடையும் பங்கனப்பள்ளி மாம்பழத் துண்டுகளும்.

அம்மாவுக்கு அது அலுக்காத விளையாட்டு. எப்படி இருந்தது என்று மறுநாள் தொலைபேசியில் விசாரிப்பாள்.

சாப்பாட்டுப் பொட்டலத்தைப் பக்கத்தில் வைத்துக் கொண்டாள்.

ஓர் இளம் தம்பதியும் ஒரு வயதான அம்மாளும் வேகவேகமாக வந்தார்கள்.

அந்த அம்மாளை இவளுக்கு எதிரே இருந்த இருக்கையில் அமர்த்திவிட்டு, அவளுடைய சிறிய பெட்டியை இருக்கைக்குக் கீழே வைத்தார்கள்.

'அம்மா, ஸ்லீப்பர் கிடைக்கலம்மா. ஸ்டேஷனுக்குத் தங்கச்சி வருவா. நீ இறங்கிட்டு அங்கயே நில்லு. அங்கயிங்க நகராதே. சரியா? தங்கச்சியை உடனே எனக்கு ஃபோன் போடச் சொல்லு' என்று கூறினார் அந்த நபர். மனைவியும் 'ஆமா அத்தே. ராத்திரி மருந்தைச் சாப்பிடுங்க. மஃப்ளரைத் தலையில சுத்திக்குங்க. மீனாவை ஒரு தடவை அங்க டாக்டர்கிட்ட கூட்டிட்டுப் போகச் சொல்லியிருக்கேன். இப்பல்லாம் டி.பின்னா பயப்படவே வேண்டியதில்ல அத்தே. நிறைய மருந்து இருக்கு. நாங்க சிங்கப்பூர்லேந்து வர வழியில சென்னை வந்து உங்கள இங்க கூட்டிட்டு வந்திடுவோம்' என்றாள்.

'நான் என்ன சின்னப் பிள்ளையா இல்ல தனியா பயணம் போகாதவளா? இந்த பயம் பயப்படுறீங்களே?' என்றாள் அந்த அம்மாள்.

இளைத்த உடம்பு. முகம் சற்று வெளிறி இருந்தது. இடையிடையே சிறு இருமல் நெஞ்சில் ஒலி உருண்டபடி.

அந்த அம்மாளின் மகன் இவள் பக்கம் பார்த்து, 'சென்னை வரை போறீங்களா?' எனக் கேட்டார்.

'ஆமாம் சார்.'

'ஸ்டூடெண்டா?'

'ஆமாம்.'

'கொஞ்சம் அம்மாவைப் பார்த்துக்குங்க தயவுசெய்து. இதோ என் கார்டு. சென்னை போனதும், இஃப் யூ டோண்ட் மைண்ட், ஒரு 'கால்' போட்டுடுங்க எனக்கு. கொஞ்சம் கவலையா இருக்குது' என்றார்.

'அந்தப் பொண்ணை ஏம்பா தொல்லைப் படுத்தறே?' என்று அந்த அம்மாள் சொல்லிக்கொண்டிருந்தபோதே வண்டி கிளம்பியது.

'பத்திரம், பத்திரம்' என்று அவர்கள் இருவரும் சொல்லியபடி இருக்க வண்டி கிளம்பியது.

அம்பை

'ரெண்டு சீட்டையும் சேர்த்துப் போடவா? நீங்க காலை நீட்டிட்டு உக்காரலாம்' என்றாள் இவள் அந்த அம்மாளிடம். அவள் சரியென்றதும் இருக்கைகளை இணைத்துப் போட்டாள். பரிசோதகர் வந்ததும் அவரிடம் அந்த அம்மாளுக்கு ஸ்லீப்பர் தயவுசெய்து தர முடியுமா என்று விசாரித்தாள். பங்கார் பேட்டை தாண்டியதும் பார்க்கலாம் எனச் சொல்லிவிட்டு அவர் நகர்ந்தார்.

'தாங்க்ஸ்மா. நான் இப்படியே உட்காந்துட்டேகூடப் போயிடுவேன்.'

'இல்லம்மா, உங்க உடம்பு சரியில்ல. அதனாலதான்...'

'இப்ப ஆறு மாசமாதான் இப்படித் திடீர்னு. டி. பிங்கறாரு டாக்டர். அது எப்படி வந்திச்சின்னே தெரியலை.'

'ரொம்ப அதிக வேலையா வீட்டுல?'

'இல்லம்மா. வேலை எல்லாம் இல்ல. வீடுன்னா நாலு விஷயம் இருக்குமில்ல. எனக்குப் பாட்டுன்னா கொஞ்சம் பைத்தியம். பாட்டு கிளாஸ் வெச்சிருக்கேன். அதெல்லாம் அவங்களுக்குப் பிடிக்கலை. கொஞ்சம் பெரிய மனுஷங்க இருக்கற எடம் அது. பாட்டு கத்துக்கப் பலதரப்பட்ட பிள்ளைங்க வருவாங்க இல்ல? பணம் வாங்கிக்காமயும் சொல்லித் தருவேன். அதென்னவோ ஏழைங்கன்னாலே அவங்களுக்குப் பிடிக்கலைம்மா. அவங்க திருடுவாங்களாம்..."

சன்னலுக்கு வெளியே வெறித்தாள் முதியவள்.

'எங்க வீட்டுக்காரரு ஸ்கூல் வாத்தியார்தாம்மா. சம்பளம் குறைவுதான். ஆனா மனுஷன் தங்கமானவரு. தியாகராஜ பாகவதர் குரல். "அப்பனைப் பாடும் வாயால்..."ன்னு ஆரம்பிச்சார்னா மனசெல்லாம் பறக்கும் அப்படியே. தியாகராஜ பாகவதர் எல்லாம உனக்குத் தெரியுமோ என்னவோ? எனக்கும் பாட்டு சொல்லி வெச்சிருந்தாங்க. அப்பத்துலேருந்தே பாட்டு க்ளாஸ் வெச்சிருந்தேன். மகனும் மகளும் ரொம்ப ஒசந்துட் டாங்க. அவங்க கட்டிக்கிட்டவங்களும் பெரிய பணக்காரங்க. அவரு போயிட்டாரு. எனக்குப் பழகமாட்டேங்குதும்மா. நான் பள்ளிக்கூட வாத்தி பொண்டாட்டிதானே..?

'அவங்க வெளியூரு போனா நான் இருந்துக்குவேன் வீட்டுல தனியா. நாய் இருந்துச்சே வீட்டுல. நாய்க்கு நான் துணை. எனக்கு அது துணை. லில்லின்னுட்டுப் பேரு. என் கட்டிலுக்குக் கீழதான் கிடக்கும். அது செத்துடிச்சி ஆறு மாசம் முன்னால. செத்துக்கிட்டே என்னைப் பாத்து வாலை

ஆட்டிச்சும்மா. ஏதோ மனுஷப் பிள்ள மாதிரி என் மடியில தலய வெச்சிக்கிட்டு உசிரவிட்டுதும்மா. அப்ப இவங்க ஊர்ல இல்ல . . .

'இப்பவும் நான் இருப்பேன் தனியா. பாட்டுப் படிக்கிற பிள்ளங்க யாராவது துணைக்கு இருப்பாங்க. ஆனால் அதுல பத்திரம் போதாதாம். ஊரெல்லாம் கொலையும் கொள்ளையுமா இருக்கில்ல? என்ன, ரெண்டு நாள் போகட்டும், உடம்பு கொஞ்சம் சரியில்லன்னுட்டுச் சொன்னேன். அவங்க அவசரம் அவங்களுக்கு, பாவம். வழக்கமா உடம்பு என் சொல்படி கேக்கும். இப்பக் கொஞ்ச நாளாகத்தான் . . . முந்தாநாள் அவங்க அவசரமாப் போயிட்டாங்க வெளியில சாப்பிட. வீட்டுல வெறும் சோறுதான் இருந்திச்சு. சமைக்கச் சோம்பல் பட்டுட்டு ஊறுகாய்ல பிசைஞ்சு சாப்பிட்டுட்டேன். அதுதான் உடம்பை என்னவோ செய்யுதுபோல . . .'

திடீரென முதியவளுக்குத் தானே பேசிக்கொண்டிருந்தது போல் தோன்றியதோ என்னவோ, இவளைப் பார்த்து, 'ஏதோ பேசிட்டே இருக்கேன். ஸாரிமா. உன் பேர் என்ன?'

'லோசனி.'

'நல்ல பேருதான். பாட்டு தெரியுமா?'

'இங்க இருந்தப்ப படிச்சேன்.'

'யார்கிட்ட?'

'ராமகிருஷ்ணராவ்னுட்டு . . .'

'ஆல் இண்டியா ரேடியோவுல ஆர்டிஸ்டா இருந்தாரே அவரா?'

'ஆமாம், அவர்தான்.'

'ரொம்ப அபூர்வ தேவர் நாமா எல்லாம் அவருக்குத் தெரியுமே?'

'ஆமாம். உங்களுக்குத் தெரியுமா அவரை?'

'அஞ்சாறு வருஷம் முன்னால நாங்க இருந்த வீட்டுக்குப் பக்கத்துலதான் இருந்தாரு.'

'அப்படியா?'

'"ஸகல க்ரஹ பல நீனே" அடாணால சொல்லிக் குடுத்தாரா?'

அம்பை

'சொல்லிக்குடுத்தாரு.'

'நல்ல பாடகர். "கண்டே நா கனஸினல்லி" ஹம்ஸத்வனில பாடுவாரு. இப்ப எல்லாரும் அதை ராகமாலிகையாப் பாடறாங்க.'

சற்று நேரம் மீண்டும் வெளியே பார்த்தாள். மனத்தில் ஏதோ பாட்டு ஓடியதோ என்னவோ, தொண்டைக் குழியில் அசைவு தெரிந்தது. திடீரெனத் திரும்பி, 'என்ன பேரு சொன்ன? லோசனியா?'

'ஆமாம்.'

'மீன லோசனி, பாச மோசனி, மானினி, கதம்ப வன வாஸினி...' என மெல்ல அனுபல்லவியின் அடிகளைப் பாடி விட்டு, 'மீனாக்ஷி மே முதம் தேஹி' பல்லவியை எடுத்தாள்.

'பூர்வி கல்யாணி. கமகக்ரியான்னுட்டு இப்பல்லாம் சொல்றாங்க. எங்க வீட்டுக்காரருக்குத் தமிழ்ப் பாட்டு பிடிக்கும் ரொம்ப. எனக்கு தீக்ஷிதர் க்ருதி, தியாகராஜர் க்ருதி, புரந்தர தாசர் எல்லாமே பாடம். அதையும் ரசிச்சுக் கேப்பாரு. "தாசன மாடிகோ என்ன, ஸ்வாமி, ஸாஸிர நாமத வேங்கடரமணா..." புரந்தர தாசர் பாட்டை நான் பாடினா, "ஐயோ, என்ன உருக்கம், என்ன உருக்கம்!"ம்பாரு. நாதநாமக்ரியா. அப்படித் தான் உருக்கும். எம்.எஸ்கூட இதைப் பாடியிருக்காங்க.'

சற்று மௌனமாக இருந்துவிட்டு, 'என்னவோ அவர் ஞாபகமாகவே வருது இன்னிக்கு' என்றாள்.

பங்கார்பேட்டை வந்ததும் இவள் பொட்டலத்தைப் பிரித்தாள். அம்மா நெய்யப்பமும் உப்பப்பமும் வைத்திருந்தாள். அலுமினியத் தாளைக் கிழித்து, ஒரு நெய்யப்பத்தையும் ஓர் உப்பப்பத்தையும் வைத்து நீட்டினாள் லேசாக இருமிக்கொண் டிருந்த முதியவளிடம், பாடியதால் இருக்கும் இருமல் என்று நினைத்தபடி.

'உங்கம்மா ஆசையாப் பண்ணிக் குடுத்திருப்பாங்க. நீ சாப்பிடு' என்றாள்.

'இல்ல, நீங்களும் சாப்பிடுங்க' என்றாள்.

வாங்கிக்கொண்டு சாப்பிட்டாள். 'நெய்யப்பம் மாவு அரைக்கிறபோது, ஒரு வாழைப்பழத்தையும் போட்டு அரைச்சிடணும். ருசியா இருக்கும். உங்கம்மா அப்படித்தான் பண்ணியிருக்காங்க. கரையுது வாயில' என்றாள்.

டிக்கெட் பரிசோதகர் வந்து ஒரு ஸ்லீப்பர் இருப்பதாகக் கூறினார். இவள் போய்ப் பார்த்துவிட்டு மற்ற பயணிகளிடம் பேசி, கீழ் பர்த்தில் இடம் ஏற்பாடு செய்து, முதியவள் கொண்டுவந்திருந்த விரிப்புகளையும் கம்பளியையும் விரித்துப் போட்டாள்.

'உன் பாட்டியாம்மா?' என்று ஒருவர் கேட்டார்.

'பாட்டி மாதிரி' என்றாள்.

'உறவா?'

தலையை ஆட்டிவைத்தாள்.

மீண்டும் தன் இருக்கையின் பக்கம் போய், 'அம்மா, வந்து படுத்துக்குங்க' என்று கையைப் பிடித்து அழைத்துக் கொண்டு போனாள்.

'தாங்க்யூமா' என்றபடி வந்தாள். படுத்துக்கொண்டாள். முதியவள் எழுந்து போனதால் காலியான இருக்கையில் கால் நீட்டி அமர்ந்து வெளியே பார்க்கத் தொடங்கினாள். கண்ணை அசத்தியது. யாரோ தொடுவதுபோல் பட்டது. எதிரே அந்த அம்மாள் நின்றுகொண்டிருந்தாள்.

'லோசனி, டாய்லெட் போயிட்டு வரேன்' என்றாள்.

சட்டென எழுந்து டாய்லெட்வரை கொண்டுவிட்டுவிட்டு மீண்டும் இருக்கைக்கு வந்தாள். உறக்கம் கண்ணை இழுத்தது.

ரயிலின் ஏதோ அசைவில் விழிப்பு வந்து பார்த்தபோது சற்று தூரத்தில் இருந்த அந்த அம்மாளின் படுக்கை காலியாக இருந்தது தெரிந்தது. டாய்லெட் கதவைத் தட்டி, 'அம்மா, அம்மா' என்று அழைத்தாள். பதில் வரவில்லை. பலமாகத் தட்டினாள். உரக்க அழைத்தாள். இரண்டொருவர் எழுந்து வந்தார்கள். அடுத்து இருந்த ஏ.ஸி. பெட்டியின் ரயில்வே சிப்பந்தியும் சத்தம் கேட்டு விழித்துக்கொண்டு இந்தப் பெட்டிக்கு வந்தார்.

கதவை ஓங்கி உதைத்ததும் திறந்துகொண்டது. கீழே சுருண்டுகிடந்தாள் முதியவள். பயணிகளில் டாக்டர் ஒருவரைத் தேடிப் பிடித்து வந்து, அவர் பார்த்துவிட்டு, தமிழ் சினிமா டாக்டர்களைப் போல் உதட்டைப் பிதுக்கிவிட்டுத் தலையை ஆட்டினார்.

எல்லோரும் மெல்லப் பேசத் தொடங்கினார்கள்.

'அடுத்தது ஜோலார்ப்பேட்டைதான். எறக்க வேண்டியது தான்' என்றார் ரயில்வே சிப்பந்தி. இவளை அணுகிய சிலர்,

'உங்க உறவாம்மா? ஜோலார்ப்பேட்டையில இறங்கிடுங்க' என்றார்கள். இவள் எதையும் சொல்வதற்கு முன்னால் ஜோலார்ப்பேட்டையில் உடலை இறக்கி, அவளையும் இறக்கி விட்டுவிட்டு வண்டி போய்விட்டது. மணி இரவு இரண்டரை.

ஸ்டேஷன் மாஸ்டர் வந்து பரிவுடன் விசாரித்துவிட்டு வயதான கூலி ஒருவரை அழைத்து உடலை எடுத்துக்கொண்டு இவளோடு பயணிகளுக்கான காத்திருக்கும் அறைக்குப் போகச் சொன்னார். உறவுக்காரர்களைத் தொலைபேசியில் தொடர்பு கொள்வதற்கான எண்களைக் கேட்டார். சிறிது நேரத்தில் தருவதாகக் கூறினாள்.

அறையில் ஒருவருமில்லை. இவளும் உடலும் மட்டுமே. இவள் உடம்பு சற்று நடுங்கியது. கைப்பையைத் திறந்து, அந்த அம்மாளுடைய மகன் தந்த முகவரி அட்டையை எடுத்துப் பார்த்து, எண்களை அழுத்தினாள். தூக்கக் கலக்கத்துடன் ஒரு குரல், 'ஹலோ' என்றது.

'சார், உங்க அம்மா போயிட்டாங்க சார்' என்றாள். அவருக்கு விளங்கச் சில வினாடிகளானது போலும். பிறகு பதட்டத்துடன் பேசத் தொடங்கினார். உடனே கிளம்பி வருவ தாகக் கூறினார். வெகுவாக நன்றி கூறினார்.

அறையின் வெளியே சற்று தூரத்தில் நின்றுகொண்டிருந்த ஸ்டேஷன் மாஸ்டரை அழைத்துத் தொலைபேசி எண்ணைத் தந்தாள். அவர் வாங்கிக்கொண்டு போனார்.

கீழே கிடத்தியிருந்த உடலைப் பார்த்தாள். ரயில்வே சிப்பந்தி வெள்ளை விரிப்பால் மூடியிருந்தார். மெல்ல எழுந்து அந்த அம்மாளின் கைப்பையில் சாவியைத் தேடி, அவள் பெட்டியைத் திறந்து, ஒரு புடவையை எடுத்து மேலே போர்த்தி னாள். தூங்குவதுபோல் இருந்தாள். முகம் சாந்தமாக இருந்தது. வாய் திறந்திருந்தது பேச அல்லது ஒருவேளை பாட வாய் திறந்திருந்ததுபோல.

அவள் முனகிய பாட்டு காதில் ஒலித்தது. மீனாக்ஷி மே முதம் தேஹி. மீனாக்ஷி என்னை ஆதரி. ஏனோ வாலை ஆட்டியபடி இறந்த லில்லியின் நினைவு வந்தது.

திரும்பி வந்து நாற்காலியில் அமர்ந்துகொண்டாள். அறைக்குள் யாரோ நுழைந்தது தெரிந்தது.

அந்த வயதான கூலி ஒரு பெண்மணியுடன் வந்திருந்தார். 'எங்க வீட்டுக்காரம்மா. உங்களோட இருப்பாங்க. சின்ன பொண்ணா இருக்கீங்க' என்றார்.

ஒரு கறுப்புச் சிலந்தியுடன் ஓர் இரவு

அந்தப் பெண்மணி இவள் பக்கத்தில் வந்து அமர்ந்து கொண்டாள். அவர் வெளியே போனார். கையில் கொண்டு வந்திருந்த ஃப்ளாஸ்கிலிருந்து மூடியில் பாலை ஊற்றிக் கொடுத்தாள்.

'சூடா இருக்கு. குடி கண்ணு. பயந்துட்டியா?' எனக் கேட்டாள்.

இல்லை என்று தலையை ஆட்டினாலும் தொண்டை அடைத்தது. பால் தொண்டைக்கு இதமாக இருந்தது.

'இந்தா, இன்னும் கொஞ்சம் குடி' என்று மீண்டும் ஊற்றித் தந்தாள்.

'ராத்திரி வேளைல உங்களுக்குத் தொந்தரவு' என்றதும், 'அதெல்லாம் ஒரு தொந்தரவும் இல்லம்மா. சின்ன பொண்ணா இருக்கியேன்னுதான். என்ன பேரும்மா?'

'லோசனி. உங்க பேரு?'

'மீனாச்சி' சொல்லிவிட்டு ஃப்ளாஸ்கை எடுத்து அந்தப் பக்கம் வைத்தாள்.

'உனக்கு என்னம்மா ஆகணும் இவங்க?' எனக் கேட்டாள்.

'தெரிஞ்சவங்க' என்று முணுமுணுத்தாள்.

'போற உசுரை யாரும்மா பிடிச்சுவைக்க முடியும்?' என்றாள்.

பிறகு மெல்ல இவள் தோளில் கைபோட்டுச் சாய்த்துத் தலையைத் தன் மடியில் வைத்துக்கொண்டாள். தலையைத் தடவித் தந்தாள்.

அழுகை வருவதுபோல் இருந்தது. பிறகு மீனாச்சியின் மடியில் மெல்ல உறங்கிப்போனாள்.

o o o

பயணம் 13

அந்தேரி ரயிலடி போக ஒன்பதேகால் 221 பேருந்தைப் பிடித்தால், ஜே.பி. தெருவின் மெட்ரோ கட்டும் நெரிசல்களிலிருந்து தப்பி, ஜூஹு வர்ஸோவா இணைப்புத் தெரு வழியாகப் போய் விடலாம். நெடுகக் கட்டடங்கள் வந்தாலும் கடல் காற்றைச் சுவாசிக்கலாம். 'புடே சலா, புடே சலா' என்று நடத்துநர்கள் கூவிக் கூவி முன்னால் தள்ளும் கூட்டம் இருந்தாலும் முதியோர்களுக்கான முன்பக்க இருக்கைகளில் ஓர் இடம் கிடைத்து விடும். நெட்டைக் கட்டையாய் யாராவது நடுத்தர வயதினர் அவற்றில் அமர்ந்திருந்தாலும் சாயம் பூசாத வெள்ளை முடியைப் பார்த்ததும் முணு முணுத்தபடி எழுந்து நின்றுவிடுவார்கள். அதுவும் காவிவண்ணக் குர்தாவை அணிந்த தினமானால் ஏதோ மாதாஜி என்ற நினைப்பில் மரியாதையுடன் இடம் கிடைக்கும். தோள்பையும் புத்தகங்களுமாய் மாதாஜி ஏன் அலைய வேண்டும் எனக் கேட்கத் தோன்றாது போலும். கேள்விகளுக்கெல்லாம் ஏது நேரம் மும்பாயில்? காவிவண்ணத்தில் எது எதிர்ப் பட்டாலும் கும்பிட்டுக்கொண்டே போக வேண்டியதுதான்.

சன்னலோர இருக்கையாக இருந்தால் இணைப்புத் தெருவில் உள்ள நடைபாதை உலகைப் பார்த்துக்கொண்டே போகலாம். ஒரு பக்கம் நடை பாதைக் குழந்தைகளுக்காகத் தன்னார்வத் தொண்டு நிறுவனம் ஒன்று தொடங்கியிருந்த நடைபாதைப் பள்ளிக்கூடம் நடந்தபடி இருக்கும்

பல பள்ளிக் குழந்தைகள் உடுத்திக் களைந்த பல வண்ணச் சீருடைகளுடன் குழந்தைகள் ஓர் ஆசிரியர் முன் அமர்ந்திருப்பார்கள். எதிரே மதில் சுவற்றில் கரும்பலகை இருக்கும். சில குழந்தைகள் மும்முரமாகப் படித்தபடி இருக்கும். சில கடந்து கொண்டிருக்கும் பேருந்துகளையும் மற்ற வாகனங்களையும் பாராக்குப் பார்த்துக்கொண்டிருக்கும். சில குழந்தைகளின் கவனம் அருகே அடுப்பில் கொதித்துக்கொண்டிருக்கும் அரிசி, பருப்பு, காய்கறி, மிளகாய், இஞ்சி போட்ட கிச்சடியில் இருக்கும். பிளாஸ்டிக், சாக்கு, பிளாஸ்டிக் கருங்கித்தான் துணி இவற்றாலான சில நடைபாதைக் குடிசைகளில் விடிந்திருக்காது. அத்தனை ஓசையிலும் நிம்மதியான உறக்கம். சிலவற்றில் காலை உணவு நடந்துகொண்டிருக்கும். தூளிகளிலிருந்து குழந்தைகள் எட்டிப் பார்க்கும். சிகரெட்டோ பீடியோ பிடித்துக் கொண்டு ஆண்கள் உட்கார்ந்திருப்பார்கள். சிலர் ஓரமாக நிறுத்திய ஆட்டோக்களைக் கழுவியபடி இருப்பார்கள்.

அந்த நேரத்தில் பேருந்தில் பள்ளி செல்லும் பிள்ளைகள் கூட்டம் அதிகமாக இருக்கும். இணைப்புத் தெரு முனையில் உள்ள நிறுத்தத்திலோ அந்தேரி மேம்பாலம் நோக்கித் திரும்பும் இரண்டாவது நிறுத்தத்திலோ எல்லாப் பிள்ளைகளும் இறங்கி விடுவார்கள், அந்த விசேஷப் பள்ளிப் பிள்ளைகள் தவிர. அவர்கள் இறங்க வேண்டிய நிறுத்தம் பிரதானத் தெருவை எட்டும் இடத்தில் உள்ள நிறுத்தம். அங்குக் கட்டாயம் சிவப்பு விளக்கு எரியும். வழக்கமாகக் கூடவே வரும் அம்மாவோ அப்பாவோ நிதானமாகக் குழந்தைகளை இறக்கிக்கொண்டு போவார்கள். அருகிலேயே அந்தப் பள்ளிக்கூடம். சற்றுக் கூம்பிய மாங்காய்த் தலையுடன், கீற்றுக் கண்களுடன், கண்கள் அலைபாய்ந்தபடி இருக்கும் குழந்தைகள்.

சிறுமியாக இருந்தபோது பாடிய 'மாங்காய்த் தலை முருகன் மஞ்சச் சட்டை மாட்டி' பாடல் நினைவு வரும். மாங்காய்த் தலை முருகன், மஞ்சள் சட்டை மாட்டி, மொட்டை வண்டி ஏறி, சந்தைக் கடைக்குப் போவான். விதவிதமாய் மிட்டாய் அடுக்கியிருக்கும். விரைந்தோடிச் சென்று லட்டு விலை கேட்பான். லட்டு மிட்டாய்க்காரன் இவனிடம் காசு கேட்பான். 'காசு இல்லை' என்பான் முருகன். 'காசு இல்லை என்றால் லட்டு இல்லை' என்பான் மிட்டாய்க்காரன். லட்டு மிட்டாய்க்காரன் மெத்தக் கெட்டிக்காரன் என்று வேறு வரும் பாட்டில்.

எதையும் காசு தராமல் பெற முடியாது என்பதைத் தெரிவிக்க அமைந்த பாட்டாக இருக்கலாம். ஆனால் மாங்காய்த் தலை முருகனை நினைக்கும்போது மனம் உருகும் அவனுக்கு

லட்டு கிடைக்கவில்லையே என்று. அவனுக்கு ஏன் மாங்காய்த் தலை என்ற கேள்வி வரும்போது 'அவன் அசடு' எனப் பதில் வரும் பெரியவர்களிடமிருந்து.

அன்றும் 9:15 மணிப் பேருந்தைப் பிடித்துவிட்டாள். சற்று ஓட வேண்டி வந்தது. முன் பக்கமாக ஏறியதும்தான் முதியோருக் கான அத்தனை இருக்கைகளும் நிரம்பியிருந்தது தெரிந்தது. ஓட்டுநர் பக்கத்தில் இருந்த ஒற்றை இருக்கை உடல் ஊனமுற்றவர் களுக்காக. அதில் எப்போதாவதுதான் யாரேனும் அமர்ந்திருப் பார்கள். அதிலும் யாராவது வயது முதிர்ந்தவரோ பள்ளிச் சிறுமியோ சிறுவனோதான் இருப்பார்கள். நிறைய நாட்கள் அந்த ஒற்றை இருக்கை காலியாகத்தான் இருக்கும். அன்று அதில் ஒரு மீனவப் பெண்மணியும் அவள் மடியில் சற்றே கூம்பிய தலையுடன் ஐந்து வயதுச் சிறுமியும் இருந்தார்கள்.

இவளைப் பார்த்ததும் அந்தப் பெண்மணி எழ முயன்றாள். இவள் 'பரவாயில்லை' எனக் கூறியும் குழந்தையை எழுப்பி நிற்கவைத்துத் தானும் நின்றுகொண்டு, 'துமி பஸா' என்று சினேகமாகக் கூறினாள். உட்கார்ந்துகொண்ட பிறகு அவளிடம், 'குழந்தை வேணுமானால் என் மடியில் இருக்கட்டுமே?' என்றாள்.

'அவள் நிலைச்சு உட்காரமாட்டா. தொந்தரவு செய்வா' என்று அவள் கூறியதும் குழந்தையிடம் தன் மடியைக் காட்டி, 'உட்காருகிறாயா?' எனக் கேட்டதும் குழந்தை அம்மாவின் கையை வெடுக்கென்று உதறிவிட்டு இவள் மடியில் அமர்ந்து கொண்டது.

'ஆயிக' என்று அதிசயித்தாள் குழந்தையின் தாயார். 'யார்கிட்டயும் போகமாட்டாள். உங்க மடில உட்கார்ந்துட் டாளே!' என்றாள்.

இரட்டை ஜடை போட்டுக்கொண்டு தலையின் இரு பக்கமும் நீலவண்ண ரிப்பன் முடிச்சுடன் மடியில் உட்கார்ந்த குழந்தையிடம், 'துஜா நாவ் காய்?' என்று கேட்டாள். 'தாஹர்...' எனக் குழறலாக பதில் வந்தது.

'அவ பேரு தரியா' என்றாள் அவள் அம்மா.

தரியா. கடல். அவள் அப்பாவும் அம்மாவும் கடலைச் சார்ந்தவர்கள்.

பேருந்து இணைப்புத் தெருவின் இறுதியில் வலது பக்கம் திரும்புவதற்கு முன்னால் வரும் சிவப்பு விளக்கு நிறுத்தத்தில் நின்றது. அங்கே பத்து நிமிடங்களாவது நிற்கும். மெட்ரோ நெரிசலைத் தவிர்க்க நினைக்கும் அனைவரும் இணைப்புத்

தெருவுக்கு வருவதால் வாகனங்கள் ஒன்றை ஒன்று தொட்ட படி நிற்கும் நகர இடமில்லாமல்.

மடியில் தரியா இருப்புக்கொள்ளாமல் தவித்தாள். அவளை அமைதிப்படுத்த சன்னல் வெளியே பார்க்கச் செய்தாள். வெளியே நடைபாதைக் கொட்டகையில் ஒரு பெண் ஏழெட்டு மாதக் குழந்தையை நீட்டிய கால்களின் மேல் போட்டுக் கொண்டு குளிப்பாட்டிக்கொண்டிருந்தாள். தமிழ்நாட்டிலிருந்து வந்தவள்போலத் தெரிந்தாள். எண்ணெய் தடவியிருந்தாள் குழந்தைக்கு. கைகளையும் கால்களையும் இழுத்து அழுத்தித் தேய்த்தபோது குழந்தை க்ஹக் க்ஹக் என்று சிரித்தது.

தரியாவிடம் காட்டினாள் அதை. 'பாரு பாப்பா சிரிக்குது.'

தரியா அதைப் பாத்துவிட்டு இவளைப் பார்த்தது கண்களில் சிரிப்புடன்.

பக்கத்தில் ஒரு வாளியில் தண்ணீர் வைத்துக்கொண்டிருந் தாள் அந்த நடைபாதைப் பெண்மணி. சிறு குவளையில் அதை எடுத்து எடுத்து ஊற்ற ஆரம்பித்தாள். சுடு தண்ணீர் போலும். குழந்தை கைகாலை உதைத்து அதை அனுபவித்தது.

'ஆமா, மகாராணி நீ பாரு. நெதம் வெந்நீர் ஊத்திக் குளுப்பாட்டணும். ஆமா, பெரிய ராணி நீ. சிரிப்பு வருதா? ம்?' என்றபடி குழந்தைமேல் தேய்ந்துபோன சோப்பைத் தேய்த்தாள். குழந்தை வயிற்றை எக்கி எக்கிக் குதித்தது.

'ஏய், துள்ளாதடி' என்று சொல்லிவிட்டு மீண்டும் தண்ணீர் ஊற்ற ஆரம்பித்தாள்.

தரியா இவள்மேல் ஒண்டிக்கொண்டு பார்த்தபடி இருந்தது.

குழந்தையின் நெற்றிமேல் கைவைத்து முகத்தில் விழாமல் தலைக்குத் தண்ணீர் ஊற்றினாள் அந்தப் பெண். பிறகு பழைய புடவை துண்டை எடுத்துக் குழந்தையைத் துடைத்து அதிலேயே சுற்றிவைத்தாள். உடனே அது அவள் மார்பைத் தொட்டது.

'ம். வந்துடுமே அவசரம்! என்னவாம் இப்ப? ம்? என்ன இருக்குதாம் அங்க?' என்று குழந்தையின் கைகளை அகற்றித் தலைப்பை விலக்கி ரவிக்கையை மடக்கிக் குழந்தைக்குப் பாலூட்ட ஆரம்பித்தாள்.

தரியா தன் கீற்றுக் கண்கள் விரியப் பார்த்தது.

பச்சை விளக்கு எரியவும் பேருந்து கிளம்பியது. தரியா அமைதியாகச் சில நிமிடங்கள் இருந்துவிட்டுத் தன் பள்ளிப் பையில் எதையோ தேட ஆரம்பித்தது. தன் அம்மாவைப்

பார்த்தது. அம்மா பையின் முன் பகுதியைத் திறந்து வண்ணப் பென்ஸில் டப்பா ஒன்றை எடுத்து, 'இதுவா?' என்றாள்.

ஆமாம் என்று தலையை ஆட்டிவிட்டு அந்த டப்பாவை வாங்கித் திறந்து இவளிடம் காட்டியது. மெழுகுப் பென்ஸில் கள். மஞ்சள், பச்சை, பழுப்பு, ஊதா, ரோஜா வண்ணம் ஒவ்வொன்றிலும் விரலை வைத்து அழுத்திப் பின் இவளை நிமிர்ந்து பார்த்தது. கோணாமாணா பற்களைக் காட்டிச் சிரித்தது. நீலவண்ண மெழுகுப் பென்ஸில் மட்டும் இரண்டு இருப்பதைக் காட்டியது.

இவளுக்குப் புரியவில்லை.

'அவளுக்கு வரையப் பிடிக்கும். கடல்னா ரொம்பப் பிடிக்கும். நீலப் பென்ஸிலால கடலையே வரைஞ்சிட்டு இருப்பா. அது சீக்கிரம் தீந்துடும். அதனாலதான் ரெண்டு. அதைக் காட்டறா உங்களுக்கு.' தரியாவின் அம்மா விளக்கினாள்.

'அப்படியா?' என்று தரியாவைக் கேட்டதும் உதட்டோரத் தில் எச்சில் வழிய 'ஹக்க்' எனச் சிரித்தது தரியா.

பிறகு இன்னும் உபயோகப்படுத்தாத ஒரு நீல வண்ண மெழுகுப் பென்ஸிலை இவளிடம் நீட்டியது.

'எதுக்கு?' என்றாள்.

மெழுகுப் பென்ஸிலால் இவள் கன்னத்தைத் தொட்டது.

'உங்களுக்குப் பென்ஸில் தரணுமாம்.'

'வேண்டாம். நீயே வெச்சிட்டுக் கடல் வரைவியாம். சரியா?' என்றதும் சட்டென அதன் முகம் வாடியது.

காலை உதைத்துக்கொண்டு உதட்டைப் பிதுக்கி அழப் போவதுபோல் பார்த்தது.

'வாங்கிக்குங்க மௌஸி. உங்களை அவளுக்குப் பிடிச்சிருக்கு. நீங்க வாங்கிக்காட்டா அழுது பிடிவாதம் பிடிப்பா' என்றாள் தரியாவின் அம்மா.

தரியாவின் நீல ரிப்பன்கள் இரண்டும் காற்றில் பறந்தன. இன்னும் இவள் பக்கம் நீட்டியபடி இருந்த கையில் நீலவண்ண மெழுகுப் பென்ஸில்.

'தா' என்று கையை நீட்டினாள்.

இவள் கையில் மெழுகுப் பென்ஸிலை வைத்து அழுத்தியது தரியா. சட்டென்று ஒரு வினாடி இவள் மேல் சாய்ந்துகொண்டது.

ஒரு கறுப்புச் சிலந்தியுடன் ஓர் இரவு

அதன் அம்மா 'தரியா, பஸ் ஸ்டாப் வந்துட்டது. வா' என்று எழுப்பினாள் பென்ஸில் டப்பாவைப் பையில் திணித்த படி.

இருவரும் மெல்ல இறங்கினார்கள்.

சிவப்பு விளக்கு மாறுவதற்காகப் பேருந்து நின்றுகொண் டிருந்தது. மெல்ல இருவரும் பேருந்தின் முன்னால் போய் வாகனங்களுக்கிடையே தெருவைத் தாண்டினார்கள்.

மேம்பாலத்தை விரைவில் எட்ட உயரே கட்டப்பட்டிருந்த தாவுபாலத்தின் கீழே இருந்த இடத்தில் பல மோட்டார் கார்கள் நிற்கவைக்கப் பட்டிருந்தன. தெருவைக் கடந்து, கார்களைத் தாண்டித்தான் அந்தப் பக்கம் போக முடியும்.

தரியாவும் அவள் அம்மாவும் உயர் தாவுபாலத்தின் கீழே, தெருவின் விளிம்பில் இருந்த மேடிட்ட பகுதியில் நின்றார்கள். பிறகு அம்மா அவள் கையை மெல்லப் பிடித்து இழுத்தபோது, திடீரென திரும்பி இவளைப் பார்த்துக் கையை அசைத்து, வாயை முற்றிலும் திறந்துகொண்டு சிரித்தபடி அம்மாவின் இழுப்புக்கேற்பப் போனது தரியா.

இவள் கையில் நீல வண்ண மெழுகுப் பென்ஸில் இருந்தது.

சற்று தூரத்தில் இவள் பக்கம் பார்த்தபடி தெருவின் அந்தப் பக்கம் போன தரியா.

சில்லென்று உடல்மேல் கடல் அலையின் சிறு துளிகள் பட்டதுபோல் இருந்தது.

o o o

மணல் வீடு, ஏப்ரல் 2013

ஒரு கறுப்புச் சிலந்தியுடன் ஓர் இரவு

கன்னங்கரேலென்ற ராட்சத சிலந்தி. குளியலறையின் வெள்ளைப் பளிங்குச் சுவற்றின் மேல் ஒட்ட வைத்தாற்போல் அசையாமல் இருந்தது.

வனாந்திரம். அதன் நடுவே அமைந்த விருந்தினர் இல்லம் அது. இரவில் வந்து சேரும் ரயில் வண்டியில் வர வேண்டாம் என்று எச்சரித்திருந்தார்கள். இருந்தும் வேறு வண்டிகளில் பயணச் சீட்டு பதிய முடியாததால் அதில்தான் வர முடிந்தது. அழைத்துக்கொண்டு போக ரயிலடிக்கு வந்தவரின் உறக்கம் கெட்டுப் போயிருக்கும் போலும். அவள் ஏதோ பேச முற்பட்டபோது கையை உயர்த்தித் தடுத்து, 'காலையில் பேசுவோமே' என்று சிடுசிடுத்தார்.

பயணம் அவ்வளவு சுகமானதாக இருந்திருக்கவில்லை. கடந்த ஒரு மாதமாய் இடது தோள் இறுகிக்கிடந்தது. கையை அசைக்க முடியாதபடி வலியின் சுரீர். ரவிக்கையைப் போட்டுக்கொள் வதற்குள் உயிர் போயிற்று. பான்ட், ஷர்ட் போட ஆரம்பித்திருந்தாள். அப்படியும் கழுத்தைக்கூடத் திருப்ப முடியாமல் வலி. அடி முதுகுவரை பாம்பு நெளிவதுபோல் வலி ஓடியபடி இருந்தது. இடையிடையே முடிச்சு இறுகுவதுபோல் ஒரு சுரீர். அதோடு பயணம் செய்திருந்தாள். ஐம்பது வயது நரையோடிய தலையுடன் பான்ட், ஷர்ட்டில் இருந்ததால் மற்றவர்கள் வெறித்துப் பார்க்கும்

சங்கடம் வேறு. ரயிலடிக்கு வந்தவர் ஒரு புன்னகையாவது செய்திருக்கலாம் எனத் தோன்றியது.

திருத்தப்படாத வனம்போல் தோன்றிய, நீண்ட மரங்கள் அடர்ந்த இடத்தில் வண்டியைச் சடக்கென்று நிறுத்தி, 'நாளை மதியம் உங்கள் சொற்பொழிவின்போது பார்க்கலாம்' என்று ரத்தினச் சுருக்கமாய் விடைபெற்றுக்கொண்டு, வண்டியைக் கிளப்பிக்கொண்டு, விட்ட தூக்கத்தைப் பிடிக்கப் பறந்தார்.

எதிரே விருந்தினர் இல்லம். நுழைந்து, தூங்கிக்கொண் டிருந்த மானேஜரை எழுப்பியதும், அவள் பெயரை ரிஜிஸ்டரில் பார்த்து, 'முதல் மாடி, 121 நம்பர்' எனச் சொல்லிவிட்டு மரப் படிகளைக் காட்டினார். உடனே அவர் கண்கள் மூடிக் கொண்டன. அவர் கையில் இருந்த சாவியை எடுத்துக்கொண்டு, அவரைப் பார்த்தாள். 'தூக்கம் உன் கண்களைத் தழுவட்டுமே, அமைதி உன் நெஞ்சில் நிலவட்டுமே' என்று பாடலாம்போல் தோன்றியது. பழைய பாட்டு. இன்னும் நன்றாக உறக்கம் வரும்.

சுற்றிலும் ஒருவரும் இல்லை. அவளேதான் பெட்டியுடன் படியேற வேண்டும். ஒவ்வொரு படியும் ஒரு குத்து வலி. அறையைக் கண்டுபிடித்தபோது, கட்டடம் நவீனமாக இருந்தா லும் அறைக் கதவு மட்டும் இந்திய பாணியில் திறக்க முடியா மல் இருந்தது தெரிந்தது. காலால் ஓர் உதைவிட்டு, வலியில் 'ஆ' என்றலறியபின் கதவு திறந்தது. கீழே ஓர் அறையும் படிகளேறினால் கீழறை பாதியாகத் தடுக்கப்பட்டுப் படுக்கை யறையுமாய் இருந்தன. அதிலேயே குளியலறையும் கழிப்பிடமும்.

பெட்டியைக் கீழே வைத்ததும் விசையைத் தட்டியதுபோல வெளியே மின்னல் அடித்தது. மரங்கள் கிளைகளை ஆட்டிக் கொண்டு ஒளிர்ந்தன. பிசிபிசுவென மழை. சீழ்க்கை ஒலியாய்க் காற்று கண்ணாடி சன்னல்களைத் தட்டியது.

கட்டிலைப் பார்த்தாள்.

நுரை மெத்தைப் படுக்கை. உடம்பு வலிக்கு ஏற்றது அல்ல. அதன் சூடு வலியை மேலும் உசுப்பிவிடும்.

வலி மெல்லத் தேள் கொடுக்குபோல் ஏறத் தொடங்கியது நடுத்தொடையிலிருந்து.

வெளியே மழை சன்னத் திரைபோல் விழுந்தபடி இருந்தது. அவள் அறையைத் தவிர வேறு எங்கும் விளக்கெரியவில்லை. அடர்ந்த மரங்கள் ஒன்றுகலந்து பிரம்மாண்ட கருமையாய் எழுந்தன. சட்டென்று மனத்தில் கழிவிரக்கம் பொங்கியது.

அம்பை

இரவு உடையை மெல்ல அணிந்துகொண்டு வெந்நீர் ஊற்றி வலியைத் தணிக்கலாம் என்று குளியலறைக்குப் போன போது எதிரே சுவற்றில் அந்தக் கருஞ்சிலந்தி.

குளியறையில் வெந்நீர் வசதி இருக்கவில்லை. வெளியே விடாத முனகலாய் மழை. வேறு எதுவுமில்லை. அவளும் சுவற்றின் மேல் எட்டுக் கால்களை மடக்கிப் பரப்பியபடி அந்தக் கருஞ் சிலந்தியும் மட்டுமே அப்போதைய நிஜங்களாய். எதிரும் புதிருமாய்.

அப்போதுதான் சுவற்றின் மேல் சாய்ந்துகொண்டு அதனுடன் ஏதோ நீண்ட கடிதம் எழுதுவதுபோல் பேச ஆரம்பித்தாள். மேகங்களுடனும் புறாக்களுடனும் கிளிகளுடனும் மயில்களுடனும் ஒருத்தி தன் ஆதங்கங்களைப் பகிர்ந்துகொள்ள லாம் என்றால் கருஞ்சிலந்தியுடன் கூடாதா என்ன என்று நினைத்துக்கொண்டாள். உடனே மனத்தில் குயிலே, உனக்கனந்த கோடி நமஸ்காரம் குமரன் வரக் கூவுவாய், அந்தி மயங்குதடி ஆசை பெருகுதடி கண்ணன் வரக் காணேனே வண்ண மயிலே, கொஞ்சும் புறாவே என்று எம். எல். வசந்தகுமாரியின் குரல் ஓடியது.

கறுப்புச் சிலந்தி பெண்ணா ஆணா என்று தெரியவில்லை. பெண் சிலந்தியைக் கரிய விதவைச் சிலந்தி என்றழைப்பார் களாம். வலையைப் பின்னி ஆண் சிலந்தி உறவுகொள்ள வந்து, காரியம் ஆனவுடன் கொட்டிக் கொன்றுவிடுவதால் வந்த பெயர். கடும் விஷம் உள்ள சிலந்தி. இதைப் பார்த்தால் அப்படித் தெரியவில்லை. தனியே உள்ள அவளுக்குத் துணை வந்ததுபோல் பட்டது.

இடது தொடையிலிருந்து வலி. தாங்க முடியவில்லை என்று சொல்ல ஆரம்பித்தாள். மாத்திரை சாப்பிட்டாயிற்று. இப்போது சுடச்சுட டீ சாப்பிட்டால் நன்றாக இருக்கும். டீக்கு எங்கே போவது?

(கைப்பேசி ஒலித்தது. அம்மா. 'சியாமு, போய்ச் சேர்ந்திட் டல்ல? ஒரு "கால்" போடக் கூடாதா? சமையலறையில பாத்திரம் கழுவுற தொட்டிமேல ஒரு விரிசல் இப்பப் பார்த்தேன். கொஞ்சம் பயமா இருக்குது.'

'பயப்படாம இரும்மா. வந்திடறேன்.')

சுவரெல்லாம் விரிசல்கள் தெரிகின்றன அம்மாவுக்கு. மயிரிழை விரிசல் எல்லாம் பயங்கரப் பிளவுகளாய்த் தோன்று கின்றன அவளுக்கு. வீடு விழுந்துவிடும் என்று தூக்கத்தில் எழுந்து உட்காருகிறாள். சில சமயம் இரவு இரண்டு மணிக்குச்

சுவர் விரிசல்களைக் கையில் டார்ச்சுடன் பார்வையிடுகிறாள். விடிந்ததும், 'அந்தக் கூப மண்டூகத்தைக் கூப்பிடு' என்று ஆரம்பித்துவிடுகிறாள்.

கூப மண்டூகம் என்பது வரது மாமா. வரதராஜன். அப்பா வின் நண்பர். அவர் சிவில் இஞ்சினீயர். அவர் உதவியுடன் தான் வீடு கட்டப்பட்டது. சமையலறை சலதாரையை அவர் சரியாக அமைக்கவில்லையாம். அதனால்தான் அந்தப் பட்டம். சொல்லிச் சொல்லி அதுவே பெயராகிவிட்டது. அப்பாவே அவரை அப்படிச் சொல்ல ஆரம்பித்துவிட்டார்.

அப்பா இறக்கும் தருவாயில் உதடு குவிந்தது. ஏதோ சொல்ல முற்பட்டார். அவர் வாயருகே செவியை வைத்துக் கேட்டபோது, 'கூப மண்டூகத்திடம் சொல்லிவிடு' என்று கூறியது கேட்டது. பிறகுதான் தெரிந்தது வரது மாமாவிடம் தான் அப்பாவின் உயிலும் மற்ற விவரங்களும் இருந்தன என்று.

கடைசிவரை அம்மாவிடம் அதைப் பற்றிப் பேசவில்லை.

இருவருக்குமிடையே பேச்சுவார்த்தை நின்று முப்பது வருடங்களாகியிருந்தன. அம்மாவும் காரணம் சொல்லவில்லை. அப்பாவும் சொல்லவில்லை. வரது மாமாதான் ஒருமுறை 'சந்தேகம் ஒரு பிசாசு. பிடித்தால் விடாது' என்று பேச்சுவாக்கில் கூறினார்.

அம்மாவும் அப்படித்தான் இருந்தாள். மூக்குக்கண்ணாடி யின் அடியே ஒளிரும் கண்களுடன். பட்டமளிப்பு உடையில் ஜி. கே. வேலில் எடுத்த புகைப்படத்தில் அவளிடம் ஒரு மிடுக்கு தெரிந்தது. அவள் வேலைசெய்த பள்ளியில் இருந்த படத்தில் மிடுக்கு கம்பீரமாக மாறித் தெரிந்தது.

இப்போது இப்படி இரவில் விழித்து நடமாடும் லேடி மேக்பெத் ஆகிவிட்டாள். அவள் நச்சரிப்பு தாங்காமல் வரது மாமாவைக் கூப்பிட்டபோது, அவர் மருமகள், 'அப்பாவுக்குப் பல் பிடுங்கினதால உடம்பு சரியில்லை' என்றாள். சற்று வற்புறுத்தியதும், வரது மாமா வந்து பலகீனமான குரலில் பேசினார். அம்மாவின் பயங்களைப் பற்றிச் சொன்னதும் வருவதாகக் கூறினார்.

வீங்கிய முகத்துடன் வரவும் செய்தார். 'என்ன இந்தக் கோலம்?' என்று பரிவுடன் கேட்க மறக்கவில்லை அம்மா. உடனே கடைசிக் கடவாய்ப் பல்லில் சீழ் பிடித்ததிலிருந்து ஆரம்பித்து ஒவ்வொரு பல்லிலும் சீழ் பிடித்த காதையைக் கூற ஆரம்பித்தார்.

அம்மா தன் பங்குக்கு, 'கவனமா இருக்கணும். எதுக்கும் கான்சர் செக்கப் பண்ணிடுங்க' என்றதும் அவர் முகம் வெளிறியது.

பிறகு ஆரம்பித்தது அம்மாவின் சுவர் விரிசல் கதைகள். வரது மாமா சுவர் விரிசல்களைப் பார்த்துவிட்டுக் கவலைப் பட எதுவும் இல்லை என்றார். அம்மாவின் வீடு இடியப்போகும் பயம் பற்றிய விவரணைகள் நிற்காமல் தொடரவே, 'நான் எழுதி வேணும்னா தரேன் பார்வதி. வீடு விழாது' என்று கிட்டத்தட்டக் கதறிவிட்டார்.

அவருடன் வாசல்வரை வந்ததும், 'முப்பது வருஷம் பேச்சு இல்லை ரெண்டுபேருக்கும். அவன் போன பத்து வருஷத்துல இப்படி ஆயிட்டாளே?' என்றார் தாடையைத் தாங்கியபடி.

(மீண்டும் கைப்பேசி ஒலித்தது. அபீதா. 'அம்ஸூ, ப்ளீஸ் அம்மம்மாகிட்டச் சொல்லு. நான் காலேஜ்ல பார்ட்டிக்குப் போயிருந்தேன். இப்பத்தான் வந்தேன். என்னைக் குறுக்குக் கேள்வி கேட்டு உயிரை வாங்கிட்டாங்க. சொல்லும்மா.'

'சரி. சொல்றேன்.')

அபீதா. லா.ச.ரா. படித்துவிட்டுக் குமரன் வைத்த பெயர். அபீதாவுக்குப் பிடிக்காத பெயர்.

'என் ஃப்ரெண்ட்ஸ் கேலிசெய்யறாங்க. பீ தா, பீ தான்னுட்டு.'

'இல்ல அபீ, அது அப்பா வெச்சது. அபீதகுஜலாம்பாள்னுட்டு ஒரு அம்மன்.'

'அப்படீன்னா?'

'உண்ணாமுலைன்னு அர்த்தம். பாலூட்டாத முலைகள் அந்த அம்மனுக்கு.'

'என்னது? என்ன அம்ஸூ, இதல்லாம் ஒரு பேரா? விரசமா இருக்குதே!'

'அத அப்படி நினைக்கக் கூடாது அபீ...'

குமரன் இலக்கியப் பைத்தியம். கடைசியில் அவன் எடுத்த முடிவும் பைத்தியக்காரத்தனமானதுதான். வீட்டை விட்டுப் போனது.

வாழ்க்கை அவனை அச்சமூட்டியதாம். அது ஒரு வலை போல் அவன்மேல் கவிந்துகொண்டு இறுக்கியதாம். அறைகள் சிறுத்துக்கொண்டே வந்து அவனை நசுக்கப் பார்த்தனவாம். அவன் உருமாறி ஒரு ஐந்துபோல் இருப்பதாகத் தோன்றியதாம்.

தான் யார் எனத் தெரியவில்லையாம். எழுதியிருந்தான் ஒரு தாளில். ஏதோ காஃப்கா கதை படிப்பதுபோல் தோன்றியது.

முப்பது வயதுக்குப் பின்தான் பிறந்தாள் அபீதா. பிறந்த மூன்றாண்டுகளில் குமரன் வெளியேற்றம்.

இப்படிச் சுவரில் சாய்ந்து உட்காருகிறேன். வலிக்கிறது. இடது கையை வெட்டிவிடலாம்போல வருகிறது. இந்த வலி உனக்குப் புரியாது. உனக்குத் தோள் ஏது?

பிறகு அபீதா, அப்பா, அம்மா என்று வாழ்க்கை. பேசிக் கொள்ளாத அப்பாவும் அம்மாவும். மௌனம் சூழ்ந்த வாழ்க்கை. அபீதாவின் குரல் அவ்வப்போது இசைத் துளியாய் வரும். எப்போதாவது மழையில் நடக்கும்போது பிடித்துக்கொள்ள ஓர் ஆணின் கை வேண்டியிருந்தது. குடையடியில் ஒண்டிக் கொள்ள ஓர் ஆணின் உடலை மனம் தேடியது. உட்கார்ந்து கொண்டிருக்கும்போதே சாய ஒரு தோள் தேவைப்பட்டது. அமையவில்லை.

பிறகு அந்த உடல் உபாதைகள். மாதவிடாய் நிற்கும் தொல்லைகள். உதிரப்போக்கும் சோர்வும். எல்லாம் ஆகி இப்போதும் சில சமயம் இரவில் உதட்டில் யாரோ முத்தமிட்டு மெல்ல உடலினுள் நுழைவதுபோல் ஒருவிதப் பூரிப்பு ஏற்படுகிறது.

கறுப்புச் சிலந்தியைப் பார்த்தாள்.

'குமரா, ஏதோ ஐந்துவாக மாறுவதுபோல் உணர்கிறேன் என்றாயே? கறுப்புச் சிலந்தியாக மாறிவிட்டாயா என்ன? இத்தனை ஆண்டுகளுக்குப் பிறகு என்னைப் பார்க்க வந்தாயா?

'கறுப்புச் சிலந்தியாகக்கூட உன்னை ஏற்றுக்கொண்டிருப் பேனே குமரா? உனக்குப் பின் நான் பார்த்த ஆண்களைவிடக் கறுப்புச் சிலந்தி எவ்வளவோ மேல் குமரா. சில சமயம் அவர்கள் பார்த்த பார்வையில் நானும் ஒரு ஐந்து போல்தான் உணர்ந்தேன்.

'வலி தாளவில்லை குமரா. ஐம்பது வயது உடம்பில் வலி கிளை பிரிந்து ஓடுகிறது. உடலெல்லாம் பாய்கிறது உன் நினைவைப் போல. நீயும் ஒரு வலியாகிப்போனாய். தோளை இறுக்கி, கழுத்தைச் சுளுக்கி, ஒவ்வொரு அசைவிலும் குத்தும் வலி.'

வலியில் முனகினாள்.

கறுப்புச் சிலந்தி அசையாமல் இருந்தது. அதைப் பார்த்துக் கொண்டே கண்களில் நீர் வழிந்தபடி இவள்.

குளியலறையின் சன்னலூடே வெளிறும் வானம் தெரிந்தது. மழை நின்றிருந்தது.

ஒரு பிளாஸ்டிக் குவளையை எடுத்துக் கறுப்புச் சிலந்தியின் அருகே போய் அதைக் குவளையில் விழவைத்தாள். மெல்லக் கொண்டுபோய்ப் படுக்கைமேல் போட்டாள். மெதுவாகச் சாய்ந்து அதனருகே படுத்துக்கொண்டாள்.

கறுப்புச் சிலந்தியைப் பார்த்தபடி கிடந்தாள். கண்கள் மூடிக்கொண்டன.

விழித்தபோது படுக்கையில் கறுப்புச் சிலந்தி இல்லை. குளியலறைக்குப் போய்ப் பார்த்தாள். வெள்ளைச் சுவர் வெறுமையாக இருந்தது.

கறுப்புச் சிலந்தி இருந்த இடத்தில் கன்னத்தைப் பதித்தபடி, சன்னல் வெளியே பச்சைக் கோலம் பூணத் தொடங்கிய தருக்களைப் பார்த்தபடி நின்றாள்.

தோள்பட்டை மெல்ல வலிக்க ஆரம்பித்தது.

o o o

மரத்தடியில் திருவள்ளுவர்

லண்டன் வந்ததுமே அந்தத் திருவள்ளுவரைத் தேட ஆரம்பித்துவிட்டாள்.

எப்போது திருவள்ளுவர் வாழ்க்கையின் ஓர் அங்கமானார் என்று நினைவில்லை. பேருந்துகளில் குறள்கள் எழுதப்படுவதற்கு முன், தெருவோரப் பிரசங்கிகள் அவரைத் தங்கள் உரத்த சொற் பொழிவுகளில் புகுத்தும் முன்னால், வள்ளுவர் கோட்டம் கட்டும் முன்னர், மயிலாப்பூரில் வள்ளுவர் சிலை வைக்கும் முன்பு எனத் தோன்றி யது.

எடுத்ததெற்கெல்லாம் திருவள்ளுவரை இழுத்து வந்தார்கள் எல்லோரும். ஒருமுறை பேருந்தில் இரு இளைஞர்கள் பேசிக்கொண்டு வந்தார்கள் உரக்க. அதில் ஒருவன் தனக்குக் கூட்டங்களில் பேசத் தகுதி இருப்பது பற்றிக் கூறிக்கொண்டிருந் தான்.

"'நெல்லுக்கிறைத்த நீர் வாய்க்கால் வழியோடிப் புல்லுக்கும் ஆங்கே பொசியுமாம்...'ன்னு திரு வள்ளுவர் கூறியபடினுட்டு மேற்கோள் எல்லாம் காட்டி எனக்கும் தெரியும். அடக்கமா இருக்கேன். தலைவரே நம்மளக் கூப்பிடணும் பேசன்னுட்டு ..."

'அதைக் கூறியது திருவள்ளுவர் அல்ல' என்று திரும்பிப் பார்த்துக் கூற வேண்டும் என மனம் துடித்தது. ஆனால் அவளும் அடக்கமாக இருந்து விட்டாள்.

அம்பை

ஆறாவது வகுப்பிலிருந்து நிதம் ஒரு குறள் கரும்பலகை யில் எழுத வேண்டும் என்று கோமளம் டீச்சர் உத்தரவு போட்டுவிட்டாள். அகரமுதல எழுத்தெல்லாம் குறளிலிருந்து ஆரம்பித்து நிதம் ஒரு குறள். அவளுக்குத்தான் அந்தப் பொறுப்புத் தரப்பட்டது. பதினொராம் வகுப்புவரை பொறுப்பு நீடித்தது.

முதலில் அன்றைய குறளை விளக்கிய பிறகுதான் மற்ற பாடம் தொடங்கும். பின் தூங்கி முன் எழும் பெண், பெய் என்று மழையைப் பெய்யவைக்கும் பெண், சொல்காக்கும் சோர்வற்ற பெண் என்று விளக்கும்போது, யார் முகத்திலாவது சிறு புன்முறுவல் தென்பட்டால் போதும் சொற்களால் விளாசி விடுவாள்.

'என்ன சிரிப்பு? எதுக்குச் சிரிப்பு? கேலியா இருக்கா உங்களுக்கு? இவங்களாம் தமிழ்ப் பெண்கள். உங்க மூஞ்சியும் முகரையும் ரெட்டைப் பின்னலும் குதிரை வாலும் இருக்கிற அழகுக்குச் சிரிப்புத்தான் வரும் இப்ப. திருவள்ளுவர் உங்களை மாதிரி கழுதைகளுக்குத்தான் இதையெல்லாம் எழுதிட்டுப் போயிருக்காரு ...' என்று தொடங்கினால் அன்றைய வகுப்பு அதிலேயே போய்விடும். தேமாங்காய், புளிமாங்காய் விவகாரத்தி லிருந்து அன்று தப்பிவிடுவார்கள். அந்தக் குறள்களுக்கு நெருப்பணைக்கும் இஞ்சின் எனப் பெயரிட்டிருந்தார்கள். தமிழ் இலக்கணத் தீயில் தற்காலிகமாக நீர்வார்த்து அவர்களைக் கொஞ்சமாவது காத்துவிடும் குறள்கள்.

காமத்துப்பாலைக் கோமளம் டீச்சர் ஒதுக்கிவிட்டாள். கரும்பலகையில் அவை ஏறவில்லை. பரீட்சையிலும் அவை சேர்க்கப்படவில்லை. ஆனால் அவர்கள் கூடிக் கூடி, ஏதோ பெரிய பரீட்சைக்காகப் படிப்பதுபோல் படித்ததெல்லாம் காமத்துப்பாலைத்தான்.

அவர்கள் வகுப்பில் ஜயலட்சுமிக்குப் பள்ளிப் படிப்பின் இறுதி ஆண்டிலேயே திருமணம் ஆகிவிட்டது. டீச்சர்கள் ஜயலட்சுமியை மற்ற மாணவிகளிடமிருந்து விலக்கியே வைத்தா லும் ரகசியக் கூட்டங்களில் ஜயலட்சுமி கூறியவற்றை வாயைப் பிளந்தபடி கேட்டார்கள் மற்றவர்கள். 'கூடி முயங்குவது' திருவள்ளுவர் கூறியதுபோல் அப்படி ஒன்றும் கவிதை கலந்த ஒன்றாகத் தெரியவில்லை ஜயலட்சுமியின் கூற்றுப்படி.

முன்னொருமுறை லண்டனின் தென் ஆசிய ஆராய்ச்சி நிறுவனத்தின் வளாகத்திலிருந்த ஒரு கட்டடத்திலிருந்து இன்னொரு கட்டடத்துக்கு போகும் சிறிய தோட்ட இடைவெளியில் இருந்த ஒற்றை மரத்தின் கீழ் அமர்ந்திருந்த

திருவள்ளுவர் சிலையைப் பார்த்து ஒரு கணம் திகைத்தபின் இத்தனை எண்ணங்களும் மனத்தில் ஓடியிருந்தன.

திருவள்ளுவரை அவள் அங்கு எதிர்பார்த்திருக்கவில்லை. தமிழ்நாட்டில் எந்த நாற்சந்தியில் பார்த்திருந்தாலும் கண்டு கொள்ளாமல் கடந்திருப்பாள். ஆனால் லண்டனில் அதிகம் வளராத ஒரு மரத்தின் கீழே சமதளமாய் இல்லாமல் சற்று மேடும் பள்ளமுமாய் இருந்த இடத்தில் கொஞ்சம் சாய்ந்து இருந்த பெரிய சிலையைக் கண்டதும் அதிர்ச்சி ஏற்பட்டது.

கறுப்புவண்ணம் பூசிய திருவள்ளுவர். சாந்தமான முகம். தொடைமேல் வைத்த கையில் பனையோலை ஏடு. இன்னொரு கையில் எழுத்தாணி. குளிர் காலம். சுற்றி இருந்த அனைவரும் கம்பளிக் குல்லாயும் கையுறைகளும் கனத்த கோட்டுகளும் அணிந்தபடி இருந்தார்கள். திருவள்ளுவர் திறந்த மேனியுடன் இருந்தார்.

அந்தச் சமயத்தில் அங்கு வேறு யாரும் இல்லை. நீலச் சால்வையைப் போர்த்திக்கொண்டு குளிரில் கொஞ்சம் நடுங்கிய படி அவளும் அவரும் மட்டும்தான். ஏட்டைக் கையில் வைத்துக் கொண்டு, கட்டடத்தின் அதிகம் உபயோகத்தில் இல்லாத பின் பகுதியில் அனாதையாக இருந்தார். சுற்றிலும் தமிழின் சின்ன வாசம்கூட இல்லை. அந்த மரமும் பெரிய இலைகள் கொண்ட பெயர் தெரியாத குட்டை மரம்.

அப்போது வீட்டை வெகுவாக மனம் தேட ஆரம்பித்த நேரம். லண்டன் வாழ்க்கையுடன் எந்தச் சம்பந்தமுமில்லாத, அவள் வாழ்க்கையில் எப்போதோ இருந்த ஒன்றுக்கொன்று தொடர்பில்லாத விஷயங்கள் மேலெழும்பி வந்தவண்ணம் இருந்த நேரம். கடற்கரை ஒன்றில் மணலுக்குள் கைவிட்டுப் பிடித்த கரம், ரயில் பாலத்தின் மேல் ஓடியபோது கீழே ஓடிய பல ஆறுகளின் தோற்றங்கள், பழைய பெங்களூர் வீட்டில் குளியலறையில் பதித்துவைத்த வெந்நீர் அண்டாவின் கீழே விறகை வைத்துப் பற்றவைக்கும்போது வரும் விறகு வாசம், நீண்ட முடியை வெட்டியபோது கீழே உதிர்ந்த குவியலில் இருந்த ஒரு வெண்முடி ...

பனி படர்ந்த தெருக்களும் உயர்கட்டடங்களும் இருந்த மாநகரத்தில், காட்டில் வழி தொலைந்தவள்போல் அலைந்து கொண்டிருந்தபோது, பனியில் கம்பளிக்கோட்டுடன், மனத்தில் கதகதப்புடன் இருந்த இவற்றையும் போட்டுக்கொண்டாள் குளிர் தணிய.

அவ்வப்போது முணுமுணுப்பாள்:

அம்பை

'சில்லென்று பூத்த சிறு நெருஞ்சிக் காட்டுள்ளே
நில்லென்று சொல்லி நிறுத்திவைத்துப் போனீரே!'

நிறுத்திவைத்துப் போனது ஒரு நபர் என்றில்லை. சிறு நெருஞ்சிக் காட்டினுள்ளே புகுந்ததே அவள்தான். ஆனாலும் யாரையாவது பழிப்பதில் ஒரு சுகம். ஓர் ஆறுதல். ஒரு வடிகால். ஓர் ஒப்பாரி பாடும் இளைப்பாறல்.

அப்போது எதிரே இருந்த திருவள்ளுவரும் அவளைப் போலத் தன்னந்தனியனாக இருந்தார். யாருக்கும் தெரியும் எனத் தோன்றவில்லை அவர் யார், அங்கு ஏன் வந்தார் என்று.

பெரிய சிலை. நாற்சந்தியில் வைக்க வேண்டிய அளவில். குட்டை மரத்தின் கிளையைத் தலை தொட்டது.

அக்கம் பக்கம் யாருமில்லை. திருவள்ளுவரின் தொடை மேல் அமர்ந்துகொண்டு எழுத்தாணி பிடித்த அவர் கையின் மேல் சாய்ந்துகொண்டாள். ஒரு தொடையின் மேல் ஏட்டைப் பிடித்தபடி கை. இன்னொரு தொடையில் அவள். வாசுகி அப்படி அமர்ந்திருப்பாளா என்று தெரியவில்லை. அவள் வேறு வேலைகளில் மும்முரமாக இருந்திருப்பாள்.

திருவள்ளுவரின் தொடையில் அமர்ந்தபடி பல சிலைகள் நினைவுக்கு வந்தன. ஊர்களை இணைக்கும் பெருவழிகளில் பயணிக்கும்போது சில சமயம் எல்லைக் கடவுள்போல் ஒரு புறத்தில் நிற்கும் அம்பேத்கர் சிலை, ஒரு புழுதிச் சந்தின் முனையில் அமர்ந்தபடி இருக்கும் அண்ணாதுரை அல்லது எம்.ஜி.ஆர். அல்லது பெரியாரின் சிலை, சிதிலமடைந்த பள்ளித் தோட்டம் ஒன்றின் உடைந்த நீரூற்றுக் கன்னியின் அருகே ரோஜா பதித்த கோட்டுடன் நேரு சிலை, எப்போதாவது சுபாஷ்சந்திர போஸ் சிலை எனப் பல சிலைகள் கடந்து போகும் புழுதியையும் காக்கை, புறா, குருவி இவற்றின் எச்சங் களையும் சுமந்தபடி. வெகுதூரம் பறந்து வந்த ஏதாவது பறவை ஒரு சிலைமேல் இளைப்பாறியபடி கண்ணில் படும்.

லண்டனிலேயே டேவிஸ்டாக் சதுக்கத்தில் உள்ள பூங்கா வில் காந்தி சிலை இருந்தது உட்கார்ந்தபடி. சற்றே பூசினாற் போல் இருந்த ஆரோக்கியமான காந்தி. மூக்குக் கண்ணாடி இல்லாத காந்தி. ஒரு காலை மடித்துச் சற்றே பக்கவாட்டில் திரும்பியபடி இருக்கும் காந்தி அல்ல. இரு கால்களையும் ஒருசேர மடித்துக் கீழே பார்த்தபடி உட்கார்ந்திருக்கும் காந்தி. தியானத்தில் இருப்பது போல். அக்டோபர் இரண்டாம் தேதி

இரண்டொரு மெழுகுவர்த்திகள் சிலையின் கீழே ஏற்றப்பட்டிருக்கும் மலர்களுடன். மற்றபடி லண்டன் பறவைகளுடன் உறவு பூண்டபடி காந்தி.

யாருடனும் எந்த உறவும் பூணாமல் முற்றிலும் தனியாக ஒரு சிலையைச் சிகாகோவில் பார்த்திருக்கிறாள். சரித்திரத்தைப் பாதுகாக்கும் திறந்தவெளி அருங்காட்சியகம் ஒன்றில் மிக நெடிய தொண்ணுத்தாறடித் தூண் ஒன்றின் மேல் நின்று கொண்டிருந்தார் ஸ்டீஃபன் டக்ளஸ். சட்டம் படித்தவர். இல்லினோய் மாகாணத்தைச் சேர்ந்தவர். ஆபிரகாம் லிங்கனுக்கு எதிராக 1860இல் ஜனநாயகக் கட்சியின் சார்பாக ஜனாதிபதி தேர்தலில் நிற்கப் போட்டியிட்டவர். அக்கட்சியின் ஒருமித்த ஜனாதிபதிப் போட்டிப் பிரதிநிதியாகத் தேர்ந்தெடுக்கப் படாமல் ஜனாதிபதி தேர்தலில் தோற்றவர். நீக்ரோக்களின் அடிமைத்தனத்தைச் சட்டம் மூலம் தடுக்க முடியாது என்று நினைத்தவர். அப்படிச் செய்வது உள்நாட்டுப் போரை உண்டாக்கும் எனக் கூறியவர். அழகான பீடத்தின் மேல் இருந்த தொண்ணுத்தாறடித் தூணின் மேல் நின்றுகொண் டிருந்தார் விரிந்து வரும் சிகாகோவைப் பார்த்தபடி.

தரை சமதளமாக இல்லாததால் திருவள்ளுவர் தொடையில் வாகாக அமர முடியவில்லை. சற்று அசைந்தபோது, அடுத்த தொடையின் ஏட்டின் மேல் கம்பளிப்பூச்சி ஒன்று நெளிந்தபடி நகர்ந்துகொண்டிருந்தது. அவளுக்கு மிக அருகே அது இருந்தது. இன்னமும் அதன் உருவமும் அது நகர்ந்த விதமும் மறக்கவில்லை.

பலரை விசாரித்தபின் தெரிந்தது. அந்தச் சிலை தமிழ் நாட்டிலிருந்து வந்த அன்பளிப்பாம். தங்க நிறத்தில் வண்ணம் பூசி அனுப்பியதாம். தகதகத்துக்கொண்டிருந்த அதை எங்கே வைப்பது எனத் தெரியாமல், குட்டை மரத்தின் கீழே வைத்து விட்டார்களாம். தங்க நிறத்தைத் தாள முடியாமல் கறுப்பு வண்ணம் பூசிவிட்டார்களாம். தென் ஆசியக் கல்வி நிறுவனத்தில் நுழைந்ததும் முதல் வேலையாக அந்தக் குறிப்பிட்ட கட்டடத்தின் பின்னால் சென்று பார்த்தாள். குட்டை மரம் இருந்தது. திருவள்ளுவர் இல்லை. வேறு கட்டடங்கள் பின்னால் இருந்த சிறு இடைவெளிகளில் பார்த்துவிட்டாள். திருவள்ளுவர் கண்ணில் படவில்லை.

அங்கே சில காலமாக இருந்த வட இந்தியப் பெண் ஒருத்தியிடம் கேட்டாள்.

'சிலையா? தெரியாதே?' என்றவள் பிறகு, 'அங்கே வெளியிலே, ஒரு இடத்தில் ஒரு சிலை இருக்கு. ஆனால் அது

கறுப்புச் சிலை இல்லை' என்று சொல்லிவிட்டு அவளைக் கூட்டிப் போனாள்.

ஒரு சிறு வெளியில் அங்கும் இங்கும் போகிறவர்கள் கண்களில் படும்படி இருந்தார் திருவள்ளுவர். பல ஆண்டு களின் பனியும் மழையும் காற்றும் பட்டுச் சொரசொரத்துப் போன வடிவுடன். கறுப்பு வண்ணம் உதிர்ந்துபோய் பூஞ்சைக் காளான் பூத்ததுபோல் இளம் பச்சைநிறத்தில் இருந்தார். காரை உதிர்ந்துபோன சுவற்றின் பரிதாபப் பச்சை உடலெங்கும் பரவித் தொழுநோயாளி போன்ற தோற்றம்.

அருகே போனாள்.

அவர் மடியில் உட்கார்ந்து நினைவுக்கு வந்தது. 'யார் சிலை இது?' என்று கேட்ட வட இந்தியப் பெண்ணுக்குப் பதில் சொல்ல முற்பட்டபோது, எங்கிருந்தோ நீலமும் மஞ்சளும் கடும் பச்சையுமாய் ஒரு பட்டுப்பூச்சி தொடையின் மேல் வைத்திருந்த ஏட்டின் மேல் வந்து அமர்ந்தது.

மணற்கேணி, நவம்பர் – டிசம்பர் 2012

காவு நாள்

மற்ற இசைக் கலைஞர்கள்போல ஒரு சாண் சரிகை போட்ட பட்டுப் புடவையும் நகைகளும் முகப் பூச்சும் மல்லிகைப் பூவுமாய் மேடையில் ஏறமாட்டாள் பிரமரா. பருத்திப் புடவையோ கதர்ப் புடவையோதான். நல்ல மரத்தில் கடைந்த தன் வீணையைக் கையில் சாய்வாக ஏந்தியபடி அவள் மேடையில் வந்து அமர்வதுதான் பழக்கம்.

முதல் வரிசையில் அவள் தந்தையும் குருவுமான பன்மொழிப் புலவர் கந்தவேளும் தாய் கனகவல்லியும் இசை குரு சுகவனம் ஐயரும் அமர்ந்திருப்பார்கள். அவர்கள் அருகில் பிரமராவின் உயிர்த்தோழியான இவள். இவள் கச்சேரி செய்யும் போது அவர்கள் அருகில் பிரமரா இருப்பாள். இருவரும் இணைந்து கச்சேரி செய்யும்போது மேடையின் இரு பக்கத்திலிருந்தும் இருவரும் வீணையை ஏந்தி வரும்போதே கச்சேரி களைகட்டி விடும்.

அவள் பிரமரா. வண்டு. இவள் நிதிலா. முத்து.

முதலில் வினாயகர்மேல் ஹம்சத்வனியில் கீர்த்தனம் என்றில்லாமல் திருப்புகழ், வள்ளலார் பாடல், பாரதி, பாரதிதாசன் கவிதைகள் இவற்றிலிருந்து ஏதாவது ஒன்றை இசைத்துவிட்டு, பிறகு தான் வினாயகர்மேல் பாடலும் மற்ற கீர்த்தனைகளும் என்று கச்சேரியின் சம்பிரதாய அமைப்பை மாற்றியிருந்தார்கள் இருவரும். தமிழ், தெலுங்கு, கன்னடம் என எல்லா மொழிப் பாடல்களையும்

பொருள் சிதையாமல் பிரித்து வாசிப்பதுதான் அவர்கள் குருவின் பாணி. தியாகராஜர் கிருதிகளையும் தீட்சிதர் கிருதி களையும் பொருள் விளக்கத்தோடு கற்றுத்தருவார். சில வரிகளைப் பாடிவிட்டு, 'அடக்கமான ஆறு' என்பார். வேறு சில வரிகளின் முடிவில், 'ஹோ, அருவி, கொட்டும் அருவி' என்பார். அந்த உணர்வு வீணையில் வர வேண்டும் என்பார்.

மெல்லிய குரலில் பாட்டின் முதல் வரிகளைப் பாடிய படி வீணை வாசிப்புத் தொடங்கும். இடையிடையே குரலும் வீணையும் மீண்டும் சேர்ந்துகொள்ளும்.

அன்று முதல் வரிசையில் அவர்கள் நால்வரும் அமர்ந்தாகி விட்டது. கந்தவேள் ஐயா இன்னும் யாரையோ எதிர்பார்ப்பது போல் பட்டது. பிரமரா மேடையில் வந்து அமர்வதற்கு ஒரு நிமிடம் முன்னால் அவையில் சற்றுப் பரபரப்பு ஏற்பட்டது. பளீரென்ற பட்டுப் புடவையில் ஓர் அம்மாளும் சன்ன சரிகை வேட்டியும் சட்டையுமாய் ஓர் இளைஞனும் உள்ளே வரக் கந்தவேள் ஐயா எழுந்து போய் அவர்களை வரவேற்று உட்கார வைத்தார். அவர் பக்கத்தில் அமர்ந்துகொண்டார்கள்.

சுகவனம் ஐயர் பக்கம் சாய்ந்து மெல்ல, 'யார் சார் அவங்க?' என்றாள் நிதிலா.

'தெரியலையா? மானுடம் காப்போம் கட்சித் தலைவர் கதிரேசன் வீட்டம்மா அமிர்தவல்லி அவங்க. வெளிநாட்டுல படிச்சிட்டு வந்திருக்காரு அவங்க பையன் தேவநாதன். நம்ப பிரமராவைப் பொண்ணு கேட்டிருக்காங்க. நிச்சயமாயிட்டாப்பல தான். கச்சேரிக்கு வந்திருக்காங்க.'

'எனக்குச் சொல்லவே இல்லியே பிரமரா?'

'எல்லாம் முடிவான பிறகு சொல்லலாம்னு இருந்திருப்பா.'

ஓர் ஊசி முனைக் குத்து ஏற்பட்டது மனத்தில்.

பிரமரா வீணையை ஏந்தியபடி மேடைக்கு வந்தாள். பருத்திப் புடவையில் வரவில்லை. மயில் கழுத்து வண்ணப் பச்சையில் ஒரே ஓர் இழை சரிகையிட்ட பட்டுப் புடவை. அமர்ந்தபின் குருவின் பக்கம் திரும்பி வணங்கிவிட்டு, அவையை நோக்கிக் கைகூப்பினாள்.

அவை எதிர்பார்ப்புடன் அமர்ந்திருந்தது. அன்று வள்ளலார் பாடலுடன்தான் கச்சேரி தொடங்கும் என்று பிரமரா இரண்டு நாட்கள் முன்பு கூறியிருந்தாள்.

வீணையை மடியில் வைத்துக்கொண்டு தந்திகளை மீட்டி னாள் ஒலி அமைப்பை உறுதிசெய்துகொள்ள. பிறகு 'முன்னம்

அவனுடைய நாமம் கேட்டாள்; மூர்த்தி அவனுடைய வண்ணம் கேட்டாள் ...' என்று திருநாவுக்கரசரின் தேவாரத்தை மென் குரலில் பாடியபடி இசைக்க ஆரம்பித்தபோது, தேவநாதனின் முகத்தில் முறுவல் தோன்றியது. கந்தவேள் ஐயாவும் முகம் பூரிக்கச் சிரித்துக்கொண்டார்.

'பெயர்த்தும் அவனுக்கே பிச்சியானாள்' வரி வந்தபோது ஒருத்தியைப் பிச்சியாக்கும்படி அவனிடம் என்ன இருக்கிறது என்று அறிய தேவநாதன் பக்கம் பார்த்தாள் நிதிலா. அவன் பாராட்டுகளை ஏற்பவன்போல் தன் சுருட்டை முடியைக் கோதிக்கொண்டான்.

பிறகு கச்சேரி வழக்கம்போல் சிறப்பாக அமைந்தது. முடிவில் பூச்சி அய்யங்காரின் பூரணசந்திரிகா தில்லானா தான் வாசிப்பதாக இருந்தது. அதில் வரும் 'நீது மகிமலு தெலிசி' என்று தெலுங்கில், உன் மகிமையைத் தெரிந்துகொண்டு சரணடைந்தேன் என்னும் வரிகள் போதாதென்றோ என்னவோ அதை வாசித்தபின்பு பாரதியின் 'பாயும் ஒளி நீ எனக்கு' பாடலை இசைக்க ஆரம்பித்தாள் கச்சேரிக்கு முத்தாய்ப்பாக. தேவநாதனுக்குப் பிடித்த பாடல் போலும். தில்லானாவுக்கு எழுந்த கரவோசை முதுகில் தட்டிக்கொடுப்பதுபோல் தொடர்ந்தது முடிவில்.

கச்சேரி முடிந்ததும் வழக்கமாக மேடைக்குப் பின்னால் போய் பிரமராவை அணைத்துப் பாராட்டுவாள். அன்று அமிர்தவல்லி அம்மாளையும் தேவநாதனையும் மேடைக்குப் பின்னால் கூட்டிச்செல்ல கந்தவேள் ஐயா முனைந்திருந்தபோது, நிதிலா குருவிடம், 'சார், நான் கிளம்பறேன் சார்' என்றாள்.

'ஏம்மா, பிரமராவைப் பார்க்க வரலியா?'

'இல்லை சார், நேரமாயிட்டுது. கிளம்பறேன்' என்று சொல்லிவிட்டுக் கிளம்பினாள்.

ooo

அதன் பிறகு பிரமராவின் வாழ்க்கையை நான்கே வரிகளில் கூறிவிடலாம்.

பிரமரா அரசியல் சார்ந்த உலகம் ஒன்றில் பிரவேசித்தாள். இரு குழந்தைகளுக்குத் தாயானாள். அரசியல் உலகம் அவளை உயரே ஏற்றிப் பின் மளமளவெனக் கீழே இறக்கியது அவள் அதன் தந்திரங்களையும் ஏய்ப்புகளையும் புரிந்துகொண்டு உடன்பட மறுத்தபோது. பிரமரா அதிலிருந்து வெளியே வந்தாள்.

ஆனால் அந்த நான்கு வரிகளுக்கு இடையே கால் நூற்றாண்டு இருந்தது. இருபத்தைந்து வருடங்கள். இருபத்தைந்து வருடச் சுமைகள். அவற்றின் கனத்தை அவள் சுமந்தாள்.

○○○

சுமை 1: பண்பாடு (இதன் சுமையின் தன்மை மாறியபடி இருந்தது. அது வாழ்க்கையின் எல்லா அம்சங்களையும் தொட்டது. அதன் பொருளையும் அவன் குடும்பத்தினர் தங்களுக்கேற்ப மாற்றினார்கள்.)

மொழி சிலரைக் குறுக்கும். ஒரு கூட்டுக்குள் இருத்தி அதன் வெளியே இருப்பவை எல்லாம் மொழி வகுக்கும் பண்பாட்டுடன் சம்பந்தப்படாதவை என்று அடிப்படை வாதம் பேசவைக்கும். கந்தவேள் ஐயா மொழியால் பரந்து போனவர். இசையைப் போலவே மொழியும் எல்லையில்லாப் பெருவெளி என்று நினைப்பவர். கனவல்லியும் எல்லைகளைக் கடந்தவள். உயர்ந்த இசைவேளாளர் பரம்பரையில் வந்த அவள் ஒரு கல்லூரியில் ஆங்கிலப் பேராசிரியையாக இருந்தாள். அவர்கள் திருமணம் பல எதிர்ப்புகளை மீறி நடந்தது. இருவருக்கும் வெற்றுப் பேச்சுகளிலும் விதண்டாவாதத்திலும் விருப்பம் இருக்கவில்லை. 'கல் தோன்றி மண்தோன்றாக் காலத்தில் முன்தோன்றி...' என யாராவது பேச ஆரம்பித்தால் இருவரும் அமைதியாக எழுந்துபோய்விடுவார்கள்.

கதிரேசனின் குடும்பத்திலிருந்து வந்த திருமணக் கோரிக்கைக்குச் சம்மதித்த காரணம் கதிரேசனின் தந்தையும் கந்தவேளின் தந்தையும் பெரியாருடன் நெருங்கிப் பழகியவர்கள் என்பதால்தான். அந்தந்த சமயத்துக்கு ஏற்பபடி இயங்க வேண்டிய சூழ்நிலைக்கேற்ற அரசியலில் கதிரேசன் இயங்கினாலும் அவ்வப்போது அந்தப் பழைய தொடர்பைக் குறிப்பிடுவ துண்டு. கந்தவேளுடன் பேசும்போதும் இந்தத் தொடர்பை வலியுறுத்தியிருந்தார்.

'உங்க அப்பாவும் என் அப்பாவும் அந்தப் பெரியார் உலகத்துக்காரங்க. நாம எல்லாம் ஒண்ணுக்குள்ள ஒண்ணா இருக்கறதுதான் நம்ம பலம். என்ன சொல்றீங்க?'

'பலத்தைப் பத்தி எல்லாம் எனக்குத் தெரியாது. பொண்ணு சம்மதிக்கணும். கனகா சரின்னு சொல்லணும். அதுதான் எனக்கு முக்கியம்.'

'அது புரியுது. ஆனாலும் பெத்தவங்க சொல்லக் கேட்கணும்னு ஒண்ணு இருக்குதில்ல?'

'அப்படியில்ல. அவள் சுதந்திரமா வளர்த்திருக்கோம். அவளுக்குத் தெரியும் எல்லாம். உங்க பையனும் வெளிநாட்டுல படிச்சவரு. சந்திக்கட்டும் ரெண்டுபேரும்.'

பிரமராவிடம் இரண்டு குடும்பங்களிலும் இருந்த தொடர்பு பற்றிக் கூறினார். செல்வாக்குள்ள குடும்பம் என்பதையும் தேவநாதன் படிப்பு பற்றியும் கூறினார். ஆரம்பப் பேச்சுகளில் அவளைப் பங்குபெறவைத்தார்.

அந்தக் கச்சேரியில் அவள் தன் முழுச்சம்மதத்தைத் தந்தாள்.

தேவநாதனின் தோற்றமும் வசீகரமும் அவன் வெளிநாட்டுப் படிப்பும் மனத்தில் ஏற்படுத்திய பிம்பம் பேரலையாய் வந்து பிரமராவை நிலைகுலையவைத்தன. அவள் அப்படிச் சுலபமாய் வீழ்பவள் அல்ல. ஆனால் அது நேர்ந்துவிட்டது. ஆயிரம் தலைவாங்கிய அபூர்வ சிந்தாமணி படத்தில் எஸ்.வரலட்சுமி பாடிய 'காதலாகினேன்' பாட்டை முனகியபடி இருந்தாள். அந்த உணர்வை ஊதி ஊதிப் பெரிய பலூனாக மனத்தில் பறக்கவிட்டிருந்தாள். அது இதயத்தையும் சுவாசப்பையையும் முட்டியபடி இருந்தது.

தேனிலவுப் பயணம் பாரீசுக்கு என்று தீர்மானமாகியது.

அது குறித்த அதீதக் குதூகலத்தில் இருந்தாள் பிரமரா. பாரீசில் செய்வதற்குச் சில விஷயங்கள் அவள் மனத்தில் இருந்தன.

1. பாரீஸ் தெருவோரக் காப்பிக் கடைகளில் அமர்ந்து உலகைப் பார்க்க வேண்டும்.

2. பகலெல்லாம் லூவரில் நேரத்தைச் செலவிட வேண்டும். பிறகு மாலை அதன் நினைவில் ஃப்ரெஞ்ச் மது அருந்த வேண்டும். ஓ, அந்த ஆழ்சிவப்பு மது!

3. வரிகளையும் வளைவுகளையும் உடைத்து ஒளிர் வண்ணங்களையும் ஓவியக் கூடங்களின் வெளியே உள்ள ஒளி நிலைகளையும் ஓவியங்கள்மேல் தெறிக்க விட்ட உணர்வை மையப்படுத்திய இம்ப்ரஷனிஸ்ட் ஓவியர்களின் படைப்புகள் உள்ள கலைக்காட்சியகத்தில் நாளெல்லாம் க்ளாட் மோனேயையும் ஸெஸானை யும் பார்க்க வேண்டும். மொனேயின் நீல ஆற்றின் மேல் எழும் அந்தச் சூரியனைக் களைக்கும்வரை நோக்க வேண்டும்.

4. பிறகு வேன் காக் ஓவியங்களுக்காக மட்டும் ஒரு நாள். அவருடைய அறை ஓவியம், காதில் கட்டுப்

போட்டும் தாடியுடனும் தாடியில்லாமலும் சுய உருவ ஓவியங்கள், கோதுமை வயல் ஓவியம் (காற்றில் அலையும் வயலைத் தீட்டியபோது அவர் மனத்தில் இருந்த உணர்வு சாவாம்), உருளைக்கிழங்கு தின்பவர்கள் ஓவியம் – எல்லாவற்றையும்.

5. ஐஃபல் கோபுரத்தின் மேல் தளத்தில் இரவில் கீழே ஒளியில் மூழ்கிய பாரீஸைப் பார்த்தபடி மனத்துக்குப் பிடித்தவனை முத்தமிட வேண்டும்.

அவள் குளிர் காலத்துக்கான கோட்டுகளையும் பான்டையும் அதற்கேற்ற மேலுடைகளையும் பெட்டியில் வைக்க ஆரம்பித்தபோது அமிர்தவல்லி வந்தாள்.

'என்ன பிரமரா, நீ பான்ட் எல்லாம்தான் போடுவியா?'

'என் வயசுக்காரங்க போடறதுதானே அத்தை?'

'அது கல்யாணத்துக்கு முன். இப்ப நீ தேவநாதன் மனைவி, எங்க மருமகள் இல்லையா? சல்வார் கமீஸ் வேணா ஒண்ணு ரெண்டு எடுத்துக்க.'

'அங்க குளிர்ல எப்படிப் புடவை கட்ட முடியும்?'

'நான் புடவை கட்டிட்டுதான் போனேன். தம்பிக்கு இந்த உடையெல்லாம் அவ்வளவாப் பிடிக்காது. தமிழ்ப் பண்பாடுன்னுட்டு ஒண்ணு இருக்குதே? எதுக்கும் தம்பிய ஒரு வார்த்தை கேட்டுடு.'

சற்று அதிர்ந்துபோனாள். வெளியே போயிருந்த தேவநாதனுடன் தொலைபேசியில் பேசினாள்.

'என்ன பிரமரா?'

'அத்தை புடவை எடுத்திட்டுப் போன்னு சொல்லறாங்க.'

'அதுக்கென்ன?'

'குளிர்லயும் பனியிலயும் புடவை எப்படிக் கட்ட முடியும்?'

'ஏன் கட்ட முடியாது? அம்மா புடவைதான் கட்டுவாங்க.'

'தேவா, அம்மா வேற காலத்தைச் சேர்ந்தவங்க.'

'அவங்க சொல்றபடி செய்துடு பிரமரா. அப்புறம் இந்தப் பேர் சொல்லிக் கூப்பிடறது அவங்க முன்னால வேண்டாம்.'

விமான நிலையத்துக்கு அவள் நண்பர்களான கலைஞர்கள் வந்திருந்தார்கள். பெரிய குழு அவர்களுடையது. அந்தக் காலக்

கலைஞர்களிடையே இருந்த போட்டி பொறாமை ஏதுமில் லாமல் இவர்களிடையே நட்பும் அன்பும் இருந்தன. இவர்கள் ஒருவரையொருவர் ஆதரித்தார்கள். உற்சாகப்படுத்தினார்கள். விமர்சித்தார்கள். இசையைச் சேர்ந்து உருவாக்கினார்கள். வடநாட்டுக் கலைஞர்களுடனும் மேல்நாட்டுக் கலைஞர் களுடனும் இணைந்து மாற்றிசை உருவாக்கினார்கள். இசை பற்றிய விரிவான புரிதலை ஏற்படுத்திக்கொள்ளத் தொடர்ந்து முயன்றார்கள். இசையின் ஆழத்தைக் கைவிடாமல் அதன் வீச்சை அதிகரிப்பது பற்றிப் பேசியபடி இருந்தார்கள். சிலர் பொறியியல் படித்துவிட்டு இசைக்கு வந்தவர்கள். சிலர் மருத்துவப் படிப்பை விட்டுவிட்டு வந்தவர்கள். சிலர் பரம்பரை யாக இசை பேணும் குடும்பங்களிலிருந்து வந்தவர்கள். அவர் களில் சிலர் நெருங்கிப் பழகினார்கள். காதல் கொண்டார்கள். பின் விலகினார்கள். சில சமயம் திருமணம் செய்துகொண்டு விலகினவர்களும் உண்டு. ஆனால் இசை அவர்களை இருத்தியது. ஒன்றுகூட்டியது.

விமானநிலையத்தில் அவர்கள் பிரமராவிடம் உரிமை யுடன் பழகியது தேவநாதனுக்குப் பிடிக்கவில்லை என்பதை அவன் இறுகிய முகம் நிதிலாவுக்குக் கூறியது.

'பிரமரா, வைன் சாப்பிடறபோது எங்களை ஞாபகம் வெச்சுக்கப்பா.'

'ஃபோட்டோவுல வாயைத் தொறந்துட்டுப் பல்லெல்லாம் தெரிய அந்தக் கோணச் சிரிப்பைச் சிரிக்காதப்பா. சார் வீட்டுல பயந்துடப்போறாங்க.'

'ஆமாம், ஆமாம், மோகினிச் சிரிப்பு.'

சிரிப்பும் கும்மாளமுமாய் வழியனுப்பிவைத்தார்கள்.

பாரீஸில் அவள் பட்டியலிட்டிருந்த எதையும் செய்ய முடியவில்லை. தேவநாதனுக்கு ஓவியத்தில் ஈடுபாடு இருக்க வில்லை. ஐஃபல் கோபுரத்தின் மேல்தளத்தில் முத்தமிடுவது தமிழ்ப் பண்பாடு அல்ல என்றான். நிலா முற்றத்தில், வீட்டின் வெளியே கள்ளத்தனமாகச் சந்திப்பது எனப் பல வகைகளில் காதல் செய்திருக்கிறார்கள் நம் பண்பாட்டில் என்று அவள் சிரித்துக்கொண்டே கூறியபோது முறைத்தான். வைன் பற்றிக் கூறியபோது, 'உன் சினேகிதங்க வேடிக்கைக்குச் சொல்றாங்கன் னுட்டு நினைச்சேன். நீ இதெல்லாம் சாப்பிடுவியா என்ன? பாட்டு வீணண்ணு இருப்பேன்னுட்டு நினைச்சேன்' என்றான்.

அம்பை

'அந்தக் காலப் பாடினிகள் எல்லாம் சாப்பிடலையா என்ன? அவ்வையார்கூடக் கள்ளு குடிச்சிருக்காங்க தெரியுமில்ல?' என்றதும் 'தலை வலிக்குது' என்று பேச்சை முடித்தான்.

பிறகு அவள் கச்சேரிகளுக்குப் பாரீஸ் போனபோது ஓவியங்களைப் பாக்கும் ஆசையையும் வைன் குடிக்கும் ஆசையையும் நிறைவேற்றிக் கொண்டாள். இச்சை சார்ந்த மற்ற ஏக்கங்களும் தேவைகளும் புதையுண்டு போயின.

சுமை 2: அரசியல் (பண்பாடும் அரசியலும் கலந்து செயல்பட்டன ஜாடியும் மூடியும் போல. எது ஜாடி, எது மூடி என்று பிரிக்க முடியவில்லை பல முறைகள்.)

திரும்பி வந்ததும் பண்பாடு சார்ந்த பல பொறுப்புகளை தனக்குத் தந்தது அவளுக்குப் பிடித்திருந்தது. மாதந்தோறும் சில கலைஞர்களை அழைத்துக் கௌரவித்து இசை, நாடகம், நடன நிகழ்ச்சிகளை அமைக்கும் பொறுப்பை அவளுக்குத் தந்தார்கள். மானுடம் காப்போம் கட்சி அதுவரை தேர்தலில் நிற்காவிட்டாலும், மற்ற கட்சிகளின் தேர்தல் வெற்றி தோல்வி களை நிர்ணயிக்கும் ஒன்றாக இருந்தது. அதன் பக்கபலத்துடன் கட்சிகள் தேர்தலில் போட்டியிட்டன. பண்பாட்டுக் கலைகள் சார்ந்த அதன் பிம்பத்தை உருவாக்குவதற்கான முயற்சிகளில் அவளுக்குத் தந்த கலை வளர்ப்போம் திட்டமும் இருந்தது.

ஆள அல்ல அடக்க அல்ல
அறம் காக்க அமைதி காக்க

என்பது அவர்கள் நிரந்தர முழக்கமாக இருந்தது. முதலில் கலை விழாக்களில் அவளுக்காகப் போடப்பட்ட சிறு பதாகை கள் மெல்ல மெல்லப் பெரிதாகி வீதிக்கும் வந்துவிட்டன. நண்பர்களுடன் அவள் தொடர்பு முறியாவிட்டாலும் சந்திப்பது குறைந்தது. ஒரு மாலை அமிர்தவல்லி, 'யாரும்மா அந்த ரங்கநாதன்?' என்றாள்.

'ஏன் அத்தை, அவரு வந்தாரா? கூத்துக் குடும்பத்தைச் சேர்ந்தவரு. ரொம்ப நல்லாப் பாடுவாரு அத்தை. அவரைக் கூப்பிடலாம்னு இருக்கேன்.'

'அதென்னவோ, உன்னைப் பார்க்கணும்னு வந்தாப்பல. அவர் நடத்துற கூத்துப் பள்ளியில ஏதோ விழாவாம். உன்னைக் கூப்பிட வந்தாரு. கையில ஒரு பொன்னாடை இல்ல. ஒண்ணு மில்ல. நான் பேசி அனுப்பிச்சிட்டேன்.'

ரங்கநாதனைக் கைப்பேசியில் கூப்பிட்டாள். தன் வழக்க மான பாணியில், 'யக்காவ், உங்க வீட்டுக்கு வந்தேன். உஙக

அத்தைக்காரி அஞ்சே நிமிட்டுல வெளியே அனுப்பிச்சிட்டாங்க' என்று சொல்லிவிட்டுச் சிரித்தான்.

'ரங்கா, ஸாரி. நீங்க என்னைக் கூப்பிட்டுருக்கலாம் இல்ல? எப்ப விழா சொல்லுங்க. வரேன் நான்.'

'சின்ன விழாதான். பேனர் எல்லாம் கிடையாது. பொன்னாடை போடமாட்டேன். வருவீங்களா?'

'கட்டாயம்.'

அவளால் போக முடியவில்லை. அன்று முதல்வர் வீட்டில் விருந்து. அவள் வீணைக் கச்சேரி செய்ய வேண்டும் என்பது அவர் விருப்பம். அவளுக்கு இசையரசி பட்டமும் அன்று தருவதாக ஏற்பாடு.

ரங்கனாதன் குறுஞ்செய்தி அனுப்பினான்:

பரவாயில்லை இசையரசியே. சுகவனம் ஐயரும் உங்க ஐயா கந்தவேளும் வந்து கௌரவிச்சாங்க.

ஐயாவிடம் பேசியபோது, 'பிரமரா, ரொம்ப மகிழ்ச்சிம்மா இசையரசி பட்டம் கிடைச்சதுக்கு' என்றார்.

'என்னப்பா, இப்படிச் சம்பிரதாயமாப் பேசறீங்க? எத்தனை தடவை கூப்பிட்டாலும் வரமாட்டேங்கறீங்க...'

'அது வந்து...'

'என்ன வந்து போயி... போங்கப்பா.'

'வரேம்மா.'

வராமல் இல்லை அவர். பலமுறை வந்திருந்தார் கனக வல்லியுடன். பெரிய வரவேற்பறையை மீறி உள்வரவேற்பறைக்கு அவர்களால் வர முடியவில்லை. பதவியில் இல்லாத, தேர்தலில் ஈடுபடாத கட்சிக்கே இவ்வளவு ஐபர்தஸ்தா என்று வியந்தபடி திரும்பினார்கள் இருவரும் ஒவ்வொருமுறையும். ஒரே ஒருமுறை அமிர்தவல்லி அவர்களிடம் பேசி, 'பொண்ணு வீட்டுல கை நனைக்கமாட்டோம் நாங்கல்லாம்' என்று சொல்லி அனுப்பி விட்டாள்.

அந்த விலக்கலுக்குக் காரணம் இருந்தது. கனகவல்லியின் முன்னாள் மாணவனான ஒரு தலித் இளைஞன் ஒரு மேல் சாதிப் பெண்ணை மணந்திருந்தான். பெண்ணின் தகப்பன் கதிரேசனிடம் முறையிட்டிருந்தார். ஏடாகூடமாக எதுவும் நடந்துவிடக் கூடாது என்று கந்தவேளும் கனகவல்லியும் அவர்களுக்கு அடைக்கலம் தந்து பெண்ணின் தந்தையிடமும்

நல்ல வார்த்தை பேசி சமரசம் செய்ய முயன்றார்கள். காதல் திருமணம் பண்பாட்டுக்கு எதிரானது, அதுவும் கலப்புத் திருமணம் கூடவே கூடாது என்னும் நிலைப்பாட்டை எடுத்திருந் தார் கதிரேசன் அப்போது. உயர்சாதியினரின் சொத்துகளைப் பறிக்கும் சூது இது என்றும் கூறிவந்தார். பெண்ணின் தகப்பனைத் தற்கொலைக்குத் தள்ளும் அழுத்தங்கள் ஏற்படுத்தப்பட்டன. நல்ல காலமாகக் கந்தவேளும் கனகவல்லியும் தொடர்ந்து அவரிடம் பேசி, அந்த இளைஞனின் குணங்களை எடுத்துக் கூறி, மகளும் அப்பாவும் உறவாட சந்தர்ப்பம் அளித்து, இரு குடும்பங்களையும் சந்திக்கவைத்து மிகவும் சிக்கலான நிலைமையை எந்த வித அசம்பாவிதமும் நேராமல் சரிப்படுத்தி யிருந்தார்கள். கதிரேசன் தன் ஆளுமை குலைந்ததுபோல் உணர்ந்தார். வருவதும் போவதும் பேச்சும் குறைந்துபோய் ஒரு கட்டத்தில் நின்றேவிட்டது. வெளியே காட்டிக்கொள்ளா மல் இது நடந்ததால் பிரமரா இது பற்றி அறியவில்லை.

சுமை 3: செல்வம் (அந்தக் குடும்பத்தின் பொருள் ஈட்டும் வழிகள் குறித்துக் குழப்பமாகவே இருந்தது.)

தேவநாதன் ஒரு திரைப்படக் கம்பெனி ஆரம்பித்தபோது சினிமா மூலம் பல மாற்றங்கள் கொண்டுவர இயலும் என்று தான் பிரமரா நம்பினாள். அவன் தாத்தா ஞானமுத்து பெயரில் பர்ல் ஆஃப் விஸ்டம் என்ற பெயரில் கம்பெனி. 'அது என்ன ஆங்கிலப் பெயர்?' என்றபோது 'நம்ம படம் கான்ஸ்வரைக்கும் போகணும் இல்ல?' என்றான். கான்ஸ் என்ன, காட்பாடி தாண்டாது எனத் தோன்றியது. வழக்கமான கதை. கதாநாயகன் நடனமாதுவிடம் இணைந்து மனைவியைக் கைவிட்டு பிறகு அவள் அவனை மீட்கும் கதை. கதாநாயகியைக் கதாநாயகன் பிசைந்து சாப்பிட்டுவிடுவதைப் போலக் காதல் காட்சிகள். காதல் கனி ரசம், இதழின் தேன் ரசம் என்று பாடல்கள். கான்ஸ்வரை போகப் போவதால் கீழே ஆங்கிலத்தில் அடித் தலைப்புகள் இட்ட ஒரு பிரிண்ட் வேறு லவ் ஃப்ரூட் ஜூஸ், லிப்ஸ் ஹனி ஜூஸ் என்று.

படம் பெரும் வெற்றிபெற்றது. சிலப்பதிகாரத்தை ஆதார மாக்கிய கதை எனப் புகழாரம். பண்பாட்டின் நாடித்துடிப்பைக் கணிப்பவர்கள் தாங்கள் என்று கதிரேசன் கூறினார் ஒரு கூட்டத்தில். தலைவா, தலைவா எனக் கூவி அழுதார்கள் சிலர்.

அவள் கம்பெனி விஷயத்தில் விலகியே இருந்தாள். ஆனால் இவளும் ஒரு வியாபாரக் கூட்டாளியாக இருந்தாள். சொன்ன இடத்தில் கையெழுத்திட்டாள். நூறு கோடி

முதலீட்டட படம் ஒன்றில் அவள் பாட வேண்டும் என்று ஒரு பெரிய இசை இயக்குநர் விரும்பினார். தான் வீணை வாசிப்பவள், பாட்டு எப்படிப் பாட முடியும் எனக் கூறியும் கேட்கவில்லை. சொற்கள் இல்லாத ஸ்வரங்களைப் பாடிக் காட்டினார். ஹம்ஸாநந்தியில் மெட்டு போட்டிருந்தார். பிறகு கவிதை வரிகளை அனுப்பியதும் தூக்கிவாரிப்போட்டது. ஆணும் பெண்ணுமாகப் பாடும் பாட்டு:

ஆண் : இனிக்க இனிக்க நீ பேசு
இன்பம் துய்க்க இதோ காசு
உருக உருக நீ பாடு.
உன் துகில் கலைய நீ ஆடு.

பெண் : இனிக்க இனிக்க நீ பேச
இன்பம் தருவேன் உடல் கூச
உருக உருக நீ பாட
உடை நெகிழ நெகிழ நான் ஆட.

அவள் பாட மறுத்துவிட்டாள். 'அது என்ன பெரிய நாடகம் போடுறா? அவங்கம்மா அப்படி எல்லாம் பாடற குலத்துலயிருந்து வந்தவங்கதானே?' என்றார் கதிரேசன்.

அது அவளைத் தைத்தது. அவள் தாயின் கலைப் பரம்பரை பற்றி அவளுக்கு மெத்தப் பெருமிதம் இருந்தது. அவள் பாட்டி வீணை வாசிப்பில் பல விருதுகள் பெற்றவள். அதில் அரசியாக அறியப்பட்டவள். இவள் வீணையைத் தேர்ந்தெடுத்த காரணமே அந்த இசைச் சொத்து பாதுகாக்கப்பட வேண்டும், பரம்பரை இசை தொடர வேண்டும் என்பதால்தான். ஒரு பாமரன்போல் அந்தப் பரம்பரையைத் துச்சமாகப் பேசியது சினத்தை ஏற்படுத்திப் பின் கண்ணீர் சிந்தவைத்தது. பலமுறை அம்மா விடம் அது பற்றிப் பேச நினைத்துப் பிறகு பேசாமல் விட்டாள்.

இரு பூகம்பங்கள் வந்தன அவள் வாழ்க்கையில்.

முதல் பூகம்பம் தேவநாதன் மூலம் வந்தது. அவன் கம்பெனி வேலையாக வெளிநாடு போயிருந்தான். அவள் நண்பன் வயலின் கோபுதான் கூப்பிட்டுச் சொன்னான்.

'பிரமரா, உனக்கு ஒண்ணுமே தெரியாதா?'

'என்ன விஷயம் கோபு?'

'தேவநாதனை ஒரு சின்னப் பொண்ணோட ப்ளேன்ல பார்த்தேன்.'

'அவர் வேலையாப் போயிருக்காரு கோபு. எனக்கு இந்தத் தடவை டிசம்பர் கச்சேரி நிறைய. போக முடியலை அவரோட.'

'என்ன வேலை பிரமரா? அவளும் அவரும் ஒண்ணா உட்கார்ந்தாங்க.'

'வேலை விஷயமா இருக்கும்.'

'நீ இந்த உலகத்துல இருக்கியா இல்லையா? அவளை அவரு தோளுல சாய்ச்சுட்டே இருந்தாரு.'

'என்னது?!'

தேவநாதன் வந்ததும் கேட்டாள் அது பற்றி.

'பிரமரா, நம்ம பட நடிகை அவள். தலைவலின்னுட்டுத் தோளுல தலையை வெச்சிட்டா.'

'என்ன கம்பெனி வேலையாப் போனீங்க?'

உடனே வெகுண்டான். கூச்சல் போட்டான். 'ஆமாம் போனேன் அவகூட. யாரும் பண்ணாததைப் பண்ணினேனா?'

சுற்றியிருந்த சுவற்றின் கீறல்கள் தெரிந்தன.

இரண்டாவது பூகம்பம் அஸ்திவாரத்தையே அசைத்தது.

திடீரென்று வருமான வரி இலாகாவிலிருந்து ஆட்கள் நுழைந்தார்கள். வீட்டின் பல மூலைகளிலிருந்தும் பணத்தையும் நகைகளையும் எடுத்தார்கள். அவர்கள் சுட்டிக்காட்டிய அத்தனை முக்கிய ஆவணங்களிலும் கோப்புகளிலும் அவள் கையெழுத்து இருந்தது. பல கோடி வருமான வரி ஏய்ப்பு எனக் கூறினார்கள். அத்தனைக்கும் அவள் பொறுப்பு என்றார்கள்.

சிக்கலைத் தீர்ப்பதில் இறங்கினார்கள் பிரபல வக்கீல் களும் தேவநாதனும். அவள் வீட்டில் அடைந்துகிடந்தாள்.

சுமை 4: குழந்தைகள் (வயிற்றில் சுமந்தபோது அவர்கள் கனக்கவில்லை. நெஞ்சில் ஏற்றிக்கொள்ள முயன்றபோது பாறாங் கல்லாகக் கனத்தார்கள்.)

இரண்டாம் ஆண்டில் வயிற்றில் மெத்தென்ற கனம் கொள்ளும் உணர்வு. அன்றுதான் மதுரை சோமுவின் 'என்ன கவி பாடினாலும்' கேட்டுவிட்டுப் படுத்த நாள். எத்தனை சோகம், எத்தனை குமுறல்! உடலில் வெள்ளை வந்ததால் தாயை விலக்கி வைத்தவருக்கே வெள்ளை வந்தால் எப்படி இருக்கும் அந்தக் குற்ற உணர்வு? 'என்ன கவி பாடினாலும்' என்று அழும். அம்மாடி எத்தனை துன்பம்! இசையில்தான் எத்தனை உணர்வுகள்! சுகவனம் ஐயர் தேவாரம் பாடும்போது உருகுவார். 'காதலாகிக் கசிந்து கண்ணீர் மல்கி' என்று பாடும் போது கண்ணீர் பூக்கும் குரலில். வயலின் கோபு வாசிக்கும்

போது ஒரு பெரிய யானை கட்டுத் தெறித்து ஓடி, பின் அதைப் பாகன் நிலைக்குக் கொண்டுவருவதுபோல் இருக்கும். கணபதியின் மிருதங்கத்தில் ஒலியின் ஓட்டத்தையும் தள்வையும் முட்டி முட்டிப் பால் குடிக்கும் கன்றின் முட்டலைப் போலத் தொடலும் தேய்ப்பும் விரல் நுனிச் சிலிர்ப்பும் இருக்கும். எத்தனை எத்தனை மௌனங்கள், பீறிடல்கள், ரகசியங்கள், ரகசிய முறிவுகள் இசையில்!

எல்லாவற்றையும் நினைத்தபடி படுத்தபோதுதான் இதமான அந்தக் கனம் வயிற்றில்.

இரட்டைக் குழந்தைகள் பிறந்தன. சிவகாமி, பார்த்திபன் எனப் பெயரிட்டது கந்தவேள்தான். சுகவனம் ஐயர் நீலாம்பரியில் ஒரு தாலாட்டு மெட்டமைத்துத் தந்தார் அவள் குழந்தைகளுக்கு.

அவள் திரைப்படப் பாடலைப் பாட மறுத்தபோது பார்த்திபனும் சிவகாமியும் பிறந்து பத்து ஆண்டுகளாகியிருந்தன. மற்ற பல தலைவர்களின் குழந்தைகளைப் போலவே இவர்களும் ஆங்கிலப் பள்ளிகளில் படித்தார்கள். அவள் தந்தைக்கு அது ஒரு குறையாகவே இருந்தது.

அந்த இரு பெரும் பூகம்பங்கள் ஏற்பட்டபோது அவர்கள் இருவருக்கும் 23 வயது.

ஒவ்வொரு இரவும் யுகமாய் நீண்டது. தேவநாதன் நிலமையைச் சீராக்க அலைந்தபடி இருந்தான். பிரச்சினையைத் தீர்ப்பதில் முனைந்தவர்களுக்குப் பணம் கையைவிட்டுப் போகக் கூடாது என்பது குறியாக இருந்ததே ஒழிய இவளுக்கு என்ன ஆகும் என்பதைப் பற்றிய கவலை இருக்கவில்லை.

ஒரிரவு கைப்பேசி இணைப்புக் கிடைக்க அறையின் வெளியே வந்தபோது, பேச்சுக் குரல் கேட்டது. சிவகாமியும் பார்த்திபனும் கதிரேசனும் அமிர்தவல்லியும் பேசிக்கொண்டிருந்தார்கள்.

'அது என்ன தாத்தா அம்மா அப்படிச் சோகம் காக்கறாங்க? என்ன ஆயிட்டது இப்ப?' என்றான் பார்த்திபன்.

'அது உங்க கந்தவேள் தாத்தா பொண்ணு இல்ல, அப்படித் தான் இருக்கும்.'

'அவங்க எப்பவுமே குழம்புவாங்க. ஒரு பக்கம் பெண்கள் சுதந்திரம்னு பேசுவாங்க. இன்னொரு பக்கம் கம்பெனி நடத்தத் தெரியாம திணறுவாங்க. ஊழல்னு சொன்னாலே ஏதோ

அம்பை

பூதம்னு பயப்படுவாங்க. கம்பெனின்னா எத்தனையோ விஷயம் இருக்குமில்ல?' என்றாள் சிவகாமி.

'அவ எப்பவும் அப்படித்தான். உனக்குத் தெரியாது. தேனிலவுக்குப் பான்ட் போட்டுட்டுப் போவேன்னா. அங்க அவன்கிட்ட வைன் வேணும்னு கேட்டாளாம். பெரிய புதுமைப் பொண்ணு. கூடவே கெக்கபிக்கன்னுட்டுச் சிரிச்சுகிட்டுச் சினேகிதக் கூட்டம் இருக்கும். நம்ம பண்பாடுன்னா என்ன, எப்படி இருக்கணும், எப்படிப் பழகணும், குடும்ப விவகாரங் கள்ள எப்படி விட்டுக் குடுக்காம இருக்கணும்னு இன்னும் தெரியல. ஆச்சுது அம்பது வயசு' என்றாள் அமிர்தவல்லி.

'நானும் சிவகாமியும் கம்பெனில சேரோம் தாத்தா. வேற மாதிரி படமா எடுக்கலாம்.'

'இதுதான் நான் வளர்த்த பிள்ளைங்க பேச்சு. என்னவோ யாரோ தலைய வாங்கிட்ட மாதிரி இல்ல பேசறா?'

படபடப்பாக இருந்தது பிரமராவுக்கு. மெள்ளப் பின் கதவைத் திறந்து பின்பக்கத் தோட்டத்தின் சிறிய நுழைவாயில் வழியாக வெளியே வந்தாள். சில்லென்று காற்று வீசியது. உடல் நடுங்கியது. என்ன செய்வது என்று தெரியவில்லை. நிதிலாவைக் கைப்பேசியில் கூப்பிட்டாள். சற்று நேரம் ஆயிற்று எடுக்க.

'நிதிலா . . .'

'யாரு பிரமராவா? என்ன ஆச்சுது? ராத்திரி ரெண்டு மணி.'

'நிதிலா, வீட்டுக்குப் பின்னால இருக்குற தெருவுல நிக்கறேன். என்னை வந்து கூட்டிட்டுப் போறியா?'

'வரேன்' என்றாள் நிதிலா உடனே.

சற்று நேரத்தில் வயலின் கோபுவுடன் காரில் வந்தாள். நடுங்கியபடி நின்றுகொண்டிருந்த அவளை அணைத்து வண்டி யில் ஏற்றினாள். கோபு வண்டியைக் கிளப்பினான். தூக்கம் விழித்த ஒரு குயில் எங்கேயோ கூவியது. நிதிலாவின் தோளில் தலையை வைத்துக்கொண்டாள்.

சுமை நீங்கல்:

கந்தவேல் ஐயாவும் சுகவனம் ஐயரும் எண்பது வயதை நெருங்கிக்கொண்டிருந்தார்கள். கனகவல்லி இன்னும் இரண்டு ஆண்டுகள் பின்னே இருந்தாள்.

பிரமராவின் நண்பர்கள் வாழ்க்கையின் பல நிலைகளைக் கடந்திருந்தார்கள். சிலருடைய குழந்தைகள் இசை உலகில் நுழைந்து சின்ன அதிர்வுகளை ஏற்படுத்திக்கொண்டிருந்தார்கள். சிலர் தனிமைப்பட்டிருந்தார்கள். நிதிலா தனியாகவே இருந்தாள். அவள் பெற்றோர்கள் இல்லை. வயலின் கோபுவுடன் உறவு என்று பலர் கூறினார்கள். அவள் ஏற்கவும் இல்லை மறுக்கவும் இல்லை.

இரவில் அகால நேரத்தில் கதவைத் தட்டியபோது கந்தவேல் ஐயா, அமைதியாக, இருபத்தைந்து ஆண்டுகள் கடக்காததுபோல், அவள் எங்கோ சிறிது நேரம் வெளியே போய்விட்டு வந்ததுபோல் கதவைத் திறந்தார். அவர் தோளில் தலைவைத்து, 'அப்பா, வீணையை அங்கயே வெச்சிட்டு வந்திட்டேன்பா' என்று சொல்லிவிட்டு, அழ ஆரம்பித்தாள். 'போவுது போ. நாளைக்கு வரவழைக்கலாம். அவங்களுக்கு அது எதுக்கு உபயோகப்படும்?' என்றார்.

கனகவல்லி சுடச்சுடக் காப்பி கலந்து எடுத்துவந்தாள்.

மறுவாரம் அருகில் இருந்த சிற்றூர்க் கோயில் ஒன்றில் கச்சேரி ஏற்பாடு செய்தார் சுகவனம் ஐயா. நிதிலாவும் அவளுமாய் செய்யும் கச்சேரி.

பூதாகார விளக்குகள் இல்லாமல் மெல்லிய விளக்குகள். இசை அறிந்த அவை. ஆரம்பப் பாடலாய்த் தேவாரத்தை எடுத்தாள் பிரமரா. 'மற்றுப் பற்றெனக்கின்றி நின் திருப்பாதமே மனம் பாவித்தேன்...'

'ஓதும் நாள் உணர்வழியும் நாள், உயிர் போகும் நாள் உயர் பாடைமேல், காவு நாள் இவை...' எனப் பாடல் போனபோது, 'காவு நாள் இவை' என்று பாடிவிட்டு, இழைத்து இழைத்து வாசித்தாள்.

மெல்ல மெல்ல வாழ்தல் என்பது கனமில்லாத ஒன்றாகியது.

௦ ௦ ௦

காலச்சுவடு, **ஜூலை** 2013

பயணம் 14

பயணத்துக்காகச் சாமான்களைக் கட்டிய போது அம்மாவின் வெங்கலக் கூஜா கண்ணில் பட்டதாலோ என்னவோ தண்ணீரும் அதை ஒட்டிய பிம்பங்களுமாய் மனத்தில் ஓடின. மனத்தைத் தண்ணீர் ஆக்கிரமித்துக்கொண்டிருந்தது. தொடர் எண்ணங்கள்.

சிறுவயதில் பயணம் செய்யும்போது அந்தக் கூஜாவும் உடன் வரும். ரயில் பயணக் கூஜாவை வைத்துக் காதல் கதையெல்லாம் உண்டு.

அந்தக் காலத்துப் பாடகர்களுடன் மேடையில் கூஜாவும் வரும். அதைத் தூக்க ஒருவரும். பெண் பாடகர்களின் கணவன்மார்களை அல்லது துணைவர்களை கூஜாதூக்கி என்று அழைக்க ஆரம்பித்து கூஜா குறியீடு ஆகிவிட்டது.

அம்மாவின் கூஜா வீட்டில் அலங்காரப் பொருளாகிவிட்டது அவளுடைய தாமிரத் தண்ணீர்க் குடமும் கொழுக்கட்டை அச்சும்போல.

சேவை பிழியும் நாழியும் அதை இருத்துவதற்கான குறுமணையும் உள்ள அவளிடம். அது பல வேலைகளுக்கு உபயோகப்பட்ட குந்துமணை. அதில் உட்கார்த்தி வைத்துத்தான் அம்மா தலையில் எண்ணெய் தேய்ப்பாள். எண்ணெய்க்குளி ஸ்டூல் என்றும் அதற்குப் பெயர் உண்டு. ஐந்தடி அம்மா சமையலறையில் எட்டாத பொருளை எடுக்கவும் அது பயன்படும். நிதம் இரவு ஸ்டோர் ரூம் அலமாரியின் இரண்டாவது தட்டில் பொருத்தியிருந்த,

ஒரு கறுப்புச் சிலந்தியுடன் ஓர் இரவு

கையால் காப்பிக் கொட்டை அரைக்கும் இயந்திரத்தில் காப்பிக் கொட்டைகளைப் போட்டு அரைத்தபோது ஏறி நின்றதும் அதில்தான். மரக் குந்துமணையின் நடுவே இருந்த நாழியை இருத்துவதற்கான சிறு ஓட்டையைப் பார்த்து ஒரு ஃபிரஞ்சுப் பெண் 'இது குழந்தைகள் மலம் கழிப்பதற்கான அந்தக் காலத்து டாய்லெட் ஸீட்டா?' என்று கேட்டுவிட்டாள்.

பிளாஸ்டிக் தண்ணீர் பாட்டில் வராத காலங்களில் வடநாட்டு ரயிலடிகளின் வெளியே தண்ணீர் கொண்டுபோக நீண்ட கழுத்துடன் மண்குடங்கள் 'சுராய்' என்று கிடைக்கும்.

டில்லி கனாட் ப்ளேஸில் தண்ணீர் அடித்துத் தரும் வண்டிகளுடன் பலர் நிற்பார்கள். ஒரு கிளாஸ் தண்ணீருக்குப் பத்து பைசா. பிறகு நாலணா ஆயிற்று. அறுத்த எலுமிச்சைத் துண்டுகளும் கிடைக்கும். பிழிந்து குடிக்க.

ரயில் பெட்டியின் சன்னலில் சாய்ந்து யோசித்தபடி வந்தபோது ஒரு தண்ணீர் காவியமே எழுதிவிடலாம் எனத் தோன்றியது. பெட்டியில் இவளைத் தவிர வேறு யாரும் இல்லை. உத்திரப் பிரதேசத்தில் வண்டி நுழைந்தாகிவிட்டது.

ரயிலடியில் நின்றதும் மூன்று நடுத்தர வயதினரும் வெண் தாடியுடன் ஒரு முதியவரும் ஏறினார்கள். அவரவர் இருக்கை களைக் கண்டுபிடித்துச் சாமான்களை ஒழுங்குபடுத்தி அமர்ந் தாகிவிட்டது. கிழவர் அவள் எதிரே அமர்ந்து அவளை வெறித்துப் பார்த்தார். சிறிது நேரம் சென்றதும் ஆங்கிலத்தில் அவளிடம் பேச முற்பட்டார். உரையாடலுக்கு முற்பட்ட விசாரணை.

எங்கே போகிறாள்?

என்ன செய்கிறாள்?

எங்கிருந்து வருகிறாள்?

குடும்பம் உண்டா?

ஏன் இல்லை?

இப்படித் தொடங்கிப் பெண்கள் தனியாக வாழ்வது சரியல்ல, குடும்பம் ஒரு கோவில் என்று போய், பாரதத்தின் பெருமை பாடி, கலப்புத் திருமணங்கள் சரியல்ல எனக் கூறி, அவருடைய மகள் கீழ்ச்சாதி நபர் ஒருவரைத் திருமணம் செய்தால் தன் கையாலேயே கொன்றுபோடுவார் என்று கைகளைக் காண்பித்தார்.

மற்ற பயணிகள் புத்தகம் படிப்பதும் தினசரி படிப்பதும் வெளியே பார்ப்பதுமாக அவரவர் வேலைகளில் இருந்தார்கள். கிழவருக்குப் பேச அவளைவிட்டால் வேறு யாருமில்லை.

அவளும் மெல்ல ஒரு புத்தகத்தை எடுத்தாள் அவரைத் தவிர்க்க.

ரயில் வண்டி போய்க்கொண்டிருந்தது.

திடீரென்று கிழவர் அங்குமிங்கும் தேடினார். 'தண்ணீர் பாட்டிலை மறந்துவிட்டேனே?' என்று முணுமுணுத்தார். சாய்ந்து அமர்ந்தார். நாவால் உதட்டை ஈரப்படுத்திக் கொண்டார். பிறகு அமைதியின்றி இருக்கையில் அப்படியும் இப்படியும் சாய்ந்தார். சிறிது நேரத்தில் அவர் தவிப்பு கூடியது. பெட்டியில் எல்லோர் மேலும் கண்களை ஓட்டிவிட்டு அவளிடம்,

'பஹன்ஜி, கொஞ்சம் தண்ணீர் தர முடியுமா?' என்றார்.

பிஸ்லெரி பாட்டிலை நீட்டினாள்.

சற்றுத் தயங்கிவிட்டு, 'சாதி என்ன?' என்று விசாரித்தார்.

'உங்களுக்குப் பிடிக்காத கீழ்ச்சாதிதான்' என்றாள்.

கையைப் பின்னால் இழுத்துக்கொண்டு, 'உண்மையாகவா?' எனக் கேட்டார்.

'இந்த விஷயங்களில் பொய் சொல்வார்களா, அதுவும் உங்களிடம்?' என்றாள்.

மற்ற பயணிகளிடமும் தண்ணீர் பாட்டில்கள் இருந்தன. அவர்களிடம் அவர் கேட்கவில்லை.

மீண்டும் அவளிடம் இறைஞ்சினார்.

'தாகம் எடுக்கிறது. சாதியைச் சொல்லிவிடுங்களேன்.'

'நான்தான் சொல்லிவிட்டேனே?'

கிழவரின் பதைபதைப்புக் கூடிக்கொண்டே போனது. தாகம் எடுத்த பிராணியைப் போல நாக்கு அடிக்கடி வெளியே வந்தது.

'வயதானவன். இப்படித் தவிக்கவிடுகிறீர்களே பஹன்ஜி?' என்றார் கெஞ்சும் தொனியில்.

அந்த வினாடி வண்டி எந்தக் காரணத்துக்காகவோ வழக்கமாக நிற்காத ஒரு ரயிலடியில் நின்றது.

அவர்கள் பெட்டியின் எதிரேயே தண்ணீர்க் குழாய் இருந்தது. கிழவர் இறங்கி ஓடிக் குழாயைத் திறந்து, தண்ணீரைக் கைகளில் பிடித்துப் பிடித்துக் குடித்தார். முகத்திலும் அடித்துக்

ஒரு கறுப்புச் சிலந்தியுடன் ஓர் இரவு

கொண்டார். மீண்டும் குடித்தார். கழுத்துப் பட்டையையும் பின் கழுத்தையும் தண்ணீரால் நனைத்துக்கொண்டார். மீண்டும் இரண்டு கை தண்ணீர் குடித்துவிட்டுத் தன்னை ஆசுவாசப் படுத்திக்கொண்டார்.

சன்னலூடே அவரைப் பார்த்தபடி இருந்தாள்.

இதுவரை புத்தகம் படித்துக்கொண்டிருந்த சகபயணி அவளை நோக்கி, 'மேடம், நீங்கள் தண்ணி தந்திருக்கலாமே? கிழவர் தவிச்சுட்டார்' என்றார் உத்திரப் பிரதேச ஹிந்தியில்.

'சாதி கேட்டால் எப்படி? உங்களிடம் அவர் தண்ணி கேட்கலியே?'

'நாங்க அவர் கிராமத்துக்காரங்க. எங்க சாதி அவருக்குத் தெரியும். அதனாலதான் அவர் கேட்கலை.'

'நான் மட்டும் எப்படித் தர முடியும்?'

'நீங்க தலித் அல்ல. ஏதோ கோவத்துல அப்படிச் சொல்லி யிருக்கீங்க. உங்க பெயரை நான் ரயில் ரிசர்வேஷன் லிஸ்டுல பார்த்துட்டேன்.'

'அப்படிச் சாதி பார்க்கிறவர் தாகத்துல தவிச்சுச் சாகட்டும்னுதான் தரலை.'

அவர் சிரித்தார்.

நனைந்த தாடியுடன் மீண்டும் பெட்டிக்குள் நுழைந்தார் கிழவர்.

சற்றே குரோதமாக அவளைப் பார்த்தார். பிறகு தினசரி ஒன்றைப் படிக்க ஆரம்பித்தார்.

சாப்பாட்டுக்கு அவள் சொல்லியிருந்தால் சாப்பாட்டுத் தட்டு வந்து அவளுக்கு. மற்றவர்கள் அவரவர் பைகளிலிருந்து மணக்கும் ரொட்டி, உருளைக்கிழங்கு வெந்தயக்கீரை, பூரி உருளைக்கிழங்கு, அவித்த முட்டை, பூக்கோசும் உருளைக் கிழங்கும் அடைத்த பரோட்டா, பெரிய சிவப்பு மிளகாய் ஊறுகாய் என விதவிதமாக எடுத்து உண்ண ஆரம்பித்தார்கள். சற்று முன்பு அவளிடம் பேசியவர் மிளகாய் ஊறுகாயை அவளுக்குத் தந்தார். அவளுக்குக் கிடைத்த வறட்டு ரொட்டியை அந்த மிளகாயுடன் சாப்பிட முடிந்தது.

கிழவர் சற்று அந்தப் புறமாகத் திரும்பி ரொட்டியை சாக்கலேட் நிறத்திலிருந்த இனிப்பு எலுமிச்சை ஊறுகாயுடன் உண்ண ஆரம்பித்தார். சாப்பிட்டு முடித்ததும் வெளியே போய்

கைகழுவிவிட்டு உள்ளே வந்தார். ஒரு சின்ன வெற்றிலைப் பெட்டியைத் திறந்து கொட்டைப் பாக்குத் துண்டை எடுத்து வாயில் போட்டுக்கொண்டு சாய்ந்து படுத்தார்.

எல்லோரும் சாப்பிட்டு முடித்து சோம்பு, பாக்குத்தூள், புகையிலையை வாயில் குதப்பியபடி இருந்தார்கள். கண்கள் தூக்க கிறக்கத்தில் மூடிக்கொண்டன. இவள் தன் புத்தகத்தை எடுத்தாள்.

திடீரெனக் கிழவர் எழுந்து தொண்டையைப் பிடித்துக் கொண்டார். மூச்சுவிடத் தவித்தார். நிமிடத்தில் முகம் வேர்த்து விட்டது. க்ஹக்ஹ என்று கனைத்தபடி துப்ப முயன்றார்.

கொட்டைப் பாக்குத் துண்டு தொண்டையில் சிக்கிக் கொண்டது போலும்.

மற்றவர்களுக்கும் தூக்கம் கலைந்துவிட்டது.

பதறி எழுந்து அவருக்குத் தண்ணீர் கொடுக்க முயன்ற அவளைத் தடுத்துவிட்டு, கிழவரைக் கையில் ஏந்திச் சற்றுச் சாய்த்து முதுகில் ஓங்கித் தட்டினார் அவளிடம் முன்பு பேசியவர்.

பாக்குத் தெறித்து வெளியே விழுந்தது.

கிழவர் வேகமாக மூச்சுவிட ஆரம்பித்தார். துண்டால் முகத்தைத் துடைத்துக்கொண்டார்.

ஒரு காகிதத் துண்டால் கீழே விழுந்த பாக்கை எடுத்து வெளியே இருந்த குப்பைத் தொட்டியில் போட்டுவிட்டுக் கைகழுவிவிட்டு வந்தார் அவருக்கு உதவியவர்.

கிழவருக்குச் சற்று தூரம் நின்றுகொண்டு, 'ஸாஹேப், படுத்தபடி பாக்கு சாப்பிடக் கூடாது. போங்க, பாத்ரூம் சுத்தமாத் தான் இருக்கு. வேணா குளிச்சிட்டு வாங்க' என்றார்.

'தன்யவாத்' என முணுமுணுத்த கிழவர் எழுந்து பெட்டி யின் வெளியே போய் நின்றுகொண்டு நிதானமாக மூச்சு விட்டார்.

அமைதியாகத் தன் இருக்கையில் அமர்ந்துகொண்ட சக பயணியை ஏறிட்டுப் பார்த்தாள்.

அவர் இவளைப் பார்த்துச் சிரித்தார்.

'மேடம், உங்களுக்குச் சாதியில நம்பிக்கை இல்லை என்பதைக் காட்டிக்கொள்ள வேண்டிய நிர்ப்பந்தம் உங்களுக்கு இருக்கலாம். எனக்கு இல்லை. எனக்கு நம்பிக்கை இல்லை என்றாலும் சாதி என்மேல் ஒட்டிக்கொண்டிருக்கிறது. அதை

நான் தட்டிவிட்டுவிட்டுப் போய்க்கொண்டிருக்க வேண்டியது தான். என்னையோ என்னைச் சேர்ந்தவர்களையோ அது சுயமரியாதையை இழக்கவிடக் கூடாது. அவ்வளவுதான். கிழவர் சாதி பார்க்கிறவர். அதுக்காக அவரை நான் சாகவிட முடியாது. நான் டாக்டர்' என்றார் ஆங்கிலத்தில்.

பிறகு வாய்விட்டுச் சிரித்தார்.

'இப்பப் பாருங்க. கிழவர் திரும்ப ஊருக்குப் போனதும் எல்லோருக்கும் இதைச் சொல்லுவார். எல்லோரும் கொண்டாடு வார்கள் அவரை "தாகூர் ஸாஹேப் கீழ்ச்சாதிக்காரரைத் தொடவிட்ட மனிதர்" என்று. நாங்க அவரைத் தொட்டாலும் அவர் எங்களைத் தொட்டாலும் பெருமை அவருக்குத்தான்.'

சொல்லிவிட்டு மீண்டும் சிரித்தார்.

அந்த நாலடி நினைவுக்கு வந்தது. கீழ்மக்கள் வாயிலிருந்து கல் எறிவதுபோல் வரும் சொற்களை, உயர்குடி மக்கள் பொறுத்துக்கொள்வார்கள் மந்திரித்த திருநீற்றால் சீற்றம் தணிந்து அடங்கும் பாம்பைப் போல. ராஜ நாகம்போல் தெரிந்தார் அவர்.

உள்ளே நுழைந்த கிழவர், தன் பெட்டியைத் திறந்து வேட்டியையும் மேல்சட்டையையும் சோப்புப் பெட்டியை யும் துண்டையும் வெளியே எடுத்துவைத்தார். பெட்டியை மூடி அதனிடத்தில் வைத்துவிட்டு, எல்லாவற்றையும் கையில் எடுத்துக்கொண்டு கழிப்பறையை நோக்கிப் போனார் குளித்துத் தன்னைச் சுத்தப்படுத்திக்கொள்ள.

ரயில் வண்டி ஒரு பாலத்தின் மேல் தடதடத்து ஓடியது. கீழே ஆறு ஓடிக்கொண்டிருந்தது சலனமின்றி.

சோக முடிவுடன்
ஒரு காதல் கதை

பாதாளம் மட்டும்தான் தனக்கும் தன்னைச் சேர்ந்தவர்களுக்கும் வரையறுக்கப்பட்ட இடம் என்பதை ஏற்றுக்கொள்ள முடியவில்லை மகிஷனால். நெய்யும் சோறும் இறைச்சியும் கலந்து செய்த அவிர்ப்பாகம் தேவர்களுக்குத்தான் என்பதை நிர்ணயித்தது யார் என அடிக்கடி நினைப்பான்.

பதினாயிரம் ஆண்டு தவத்தின் பலம் அவன் உடலில் இருந்தது. அதன் கனமும் தனிமையும் கூட. மேருமலையின் உச்சத்தில் கடல்போல் விரியும் தனிமையில் புகுந்து அதன் ஆழத்தைத் தொட்டவன் அவன். முற்றிலும் தனியன். தாயன்பு அறியாதவன். அவன் தந்தையின் சிதையில் அவன் தாய் பாய்ந்த போது அவள் உடலிலிருந்து தெறித்து விழுந்தவன் அவன். பரிவினால் இதமான சூடடைந்த தந்தையின் கரங்கள் அவன் தலைமேல் பதிந்ததில்லை. அவனை அரவணைத்ததில்லை. ஆசீர்வதித்ததுமில்லை.

திரிகாலமும் அவனுக்குத் தெரிந்தது. ஆனால் அவன் சாவு மட்டும் அதிசயம் கலந்த வெற்றிடமாய் இருந்தது மனதில். சாகாவரம்தான் அவன் கேட்டான் பிரம்மனிடம். அசுரர்கள் சாகும் விதம் அவனுக்கு உவப்பாக இருக்கவில்லை. அவனுக்குத் தெரிந்து எல்லோரும் வதைபட்டுத்தான் இறந்தார்கள். தங்கள் குலம் தழைக்க நல்ல குழந்தைகள் பிறக்க வேண்டும் என்று கேட்கும் உரிமைகூடவா அவர்களுக்கு இல்லை? அவன் சித்தப்பா கரம்பனும்

தந்தை ரம்பனும் அந்தப் பேறு வேண்டும் என்பதற்காகத்தானே தவம் புரிந்தார்கள்? கரம்பன் பஞ்சநதி தீர்த்தத்திலும் அவன் தந்தை ரம்பன் கரையிலுள்ள ஆலமரத்தடியில் பஞ்சாக்னியின் நடுவிலும் இருந்து வேண்டியதெல்லாம் தங்கள் குலத்தோன்றல்களுக்காகத்தானே? இதுகூடப் பொறுக்கவில்லை இந்திரனுக்கு. அவன் முதலை உருவெடுத்துப் பஞ்சநதி தீர்த்தத்துக்குச் சென்று கரம்பன் காலை நீருக்குள் இழுத்துக் கொன்றான். அதைக் கண்ட மகிஷனுடைய தந்தை ரம்பனும் தானே தன் தலையைக் கொய்துகொண்டு சாகத்தான் முடிவெடுத்தான். அக்னிதேவன் அவனைத் தடுத்து அவன் விருப்பத்தைக் கேட்டபோது ரம்பன் கேட்டதெல்லாம் மூன்றுலகத்தையும் ஆளும் எல்லோராலும் வணங்கப்படும் பராக்கிரமசாலி மகனைத்தானே? அந்த வரத்தால் பிறந்தவன்தானே மகிஷன்? பிறக்கும்போதே அவன் குலத்தைச் சேர்ந்தவர்கள் கொல்லப்படுவதை உணரும் ஞானத்துடன்தான் பிறந்தான்.

ஆமையாய், பன்றியாய், பாதி சிம்மம் பாதி நரனாய், எப்படியெப்படி எல்லாம் உருவெடுத்து அவர்களை அழிக்க முற்பட்டார்கள்? அதனால்தான் அவன் பிரம்மனிடம் சாகா வரம் கேட்டான். அதற்கு பிரம்மன் கூறிய பதில் அவன் மனத்தில் இன்னும் ஒலித்துக்கொண்டிருந்தது:

'உலகில் சரமாயும் அசரமாயுமுள்ள எல்லாப் பிராணிகளும் காலதத்துவம் என்னும் ஓர் அளவையில் நிற்பவர். நானும் அதற்கு உட்பட்டவன்தான்.'

அப்போதுதான் அவன் பெண்ணால் மரணம் ஏற்படட்டும் தனக்கு என்று கூறினான். பெண்ணை அவன் அறிந்தவன் அல்ல. தன் கணவன்மீதுள்ள அதீத அன்பால் அவன் சிதையில் பாயத் துணிந்த தாயைத்தான் அவனுக்குத் தெரியும். பெண் என்றால் மென்மை. பூவின் மென்மை. சலசலத்து ஓடும் ஆற்றின் தண்மை கூடிய உடல். வேட்கை எழும்போது மோகத் தீயை எழுப்பித் தன்னையும் தன் உடனிருக்கும் ஆணையும் அந்தத் தீயின் இன்பத்தை நுகரவிடுபவள். வீரமும் பராக்கிரமும் ஆணுக்கு; மென்மையும், தண்மையும் பெண்ணுக்கு. கோபமும் தீரமும் ஆணுக்கு; பொறுமையும் பணிவும் பெண்ணுக்கு. இப்படித்தான் காலம் காலமாய்ப் பெண்ணையும் ஆணையும் பிரித்திருந்தார்கள். இதுதான் அவன் அறிந்தது. அவனுக்குத் தெரிந்து பிரம்மா, விஷ்ணு, சிவன் மூவரும் அவரவர் வேலைகளுக்கு ஏற்ப மனைவிகள் வேண்டும் எனக் கேட்டபோது தோன்றியவர்கள்தானே அவர்களுடைய துணைவிகள்? எல்லாவித வேலைகளிலும் ஈடுபட்டவர்கள் ஆண்கள் தானே? பெண்கள் ஆண்களுக்குத் துணைபோகிறவர்கள்.

ஆண்களின் பின்னால் நடப்பவர்கள். ஆண்களை ஒட்டி நிற்பவர்கள். அதனால்தான் ஒரு பெண் யாரையும் கொல்லத் துணிய மாட்டாள் என்று மகிஷன் நினைத்தான். அதனால்தான் பெண்ணால் சாவு நேரட்டும் என்றான் பிரம்மனிடம்.

மகிஷனின் தூதர்கள் அவனிடம் வந்து அதி உக்கிரம் கூடிய ஒரு பெண்ணைப் பற்றிக் கூறியபோது இதையெல்லாம் நினைத்தான் மகிஷன். சற்று முன்தான் கர்ணகடூரமான அவள் கர்ஜனை ஒலி கேட்டிருந்தது. அந்தக் கர்ஜனையில் பரந்த பூமியும் விரிந்திருக்கும் கடல்களும் மேரு முதலிய மலைகளும் எண்திக்குக்களும் அசைந்து நடுங்கியிருந்தன.

வந்து கூறிய தூதர்கள் திக்பிரமை பிடித்தவர்கள்போல் இருந்தார்கள்.

அவள் கோலத்தை விளக்கியபோது அவர்களுக்கு நாவடைத்துப் போயிற்று. பன்னிரண்டு சூரியர்களின் ஒளியையும் மிஞ்சும் ஒளி வீசும் மேனியாம். பதினெட்டுக் கரங்களாம். பதினெட்டு வித ஆயுதங்களாம். அவள் உடலின் வனப்பைப் பார்த்தபோது அவள் மகவாய்ப் பிறந்து, தவழ்ந்து, தளர்நடை போட்டு வளர்ந்தவள் என்றே தோன்றவில்லையாம். கையில் பானம் அருந்தும் பாத்திரம் வேறாம். அசுரர்கள் உதிரத்தை முகந்து மதுபானம்போல எல்லோருக்கும் தருவதற்குத்தான் அந்தப் பாத்திரமாம்.

இன்னும் கூறினார்கள் தூதர்கள்:

'அவளுடைய அடங்காத பேரழகையும் அங்கலாவண்யங்களையும் எங்களால் கூற முடியவில்லை. அம்மம்மா! அவளை ஆளும் கணவன் எப்படிப்பட்டவனோ? எப்படி இருப்பவனோ? எந்த நிறத்தில் இருப்பவனோ? எந்த இறைவனோ? அப்படி அவளுக்குக் கணவன் என்று ஒருவன் இருந்தாலும் அவன் இவளை ஆள்கிறானா அல்லது இவள் அவனை ஆள்கிறாளா? யாருக்குத் தெரியும்? அவளைப் பார்த்தால் ஆளப்பட்டவளாகத் தோன்றவில்லை. சிங்கத்தின் மேல் அமர்ந்துகொண்டிருக்கிறாள். அது அவள் வாகனமாம். சிருங்காரமும் வீரமும் கலந்து பெண்ணுருவில் ஆண்தன்மை உடையவள்போல் இருக்கிறாள். நீங்கள் அவளைப் பார்த்தால் அவளுடன் போரிட முடியாது உங்களால். அவள் ஏர்தான் உங்கள் கண்ணில் படும்.'

மகிஷனும் பலவித ரூபங்களை எடுக்கும் வல்லமை உடையவன்தான். இப்படிப் பல உருவங்களில் தோன்றிப் பிறகு சிங்கமாகி அல்லவா அவன் தேவர்களையும் விஷ்ணுவையும்

ஒரு கறுப்புச் சிலந்தியுடன் ஓர் இரவு

சின்னாபின்னமாக்கியிருந்தான்? கடைசியில் ரத்தம் சொட்டும் கருடன்மேல் உட்கார்ந்துகொண்டு பறந்து போகவில்லையா விஷ்ணு? அவளை வர்ணிக்க வர்ணிக்க மகிஷன் மனத்தில் காதல் பெருகியது.

வந்திருப்பவள் பெண். அவனுடைய ஆழ்ந்த காதலால் அவளை வெல்லலாம். காதலால் அடைய முடியாத ஒன்று உண்டா? மகிஷன் காதலை அவள் அறியமாட்டாள். அசுரர்கள் என அவமதிக்கப்பட்ட குலத்தவன் அவன். தலைமுறை தலை முறையாய் இழிகுலமாகக் கருதப்பட்ட அவமானத்தைத் தன் உடலில் பூசியபடி பிறக்கும் அசுரக் குழந்தைகளை அறிந்தவன். ஏக்கங்களும் தாபங்களும் கண்ணீரும் தாகமும் கலந்து அவன் காதல். அதில் அலை கடலின் ஆழம் இருந்தது. அருவிபோல் பொங்கும் காமம் இருந்தது. இறைக்க இறைக்கச் சுரக்கும் கிணறுபோல மோகம் இருந்தது.

எந்த உருவம் வேண்டுமானாலும் பூணக்கூடிய அவன் கள்ளமற்ற புறாவாக அவளைக் கொஞ்ச முடியும். விரல்களை மென்மையான இறுகுகளாக்கி அவள் உடலை வருட முடியும். குழந்தையின் வாய்போல் இதழ்களை ஆக்கி அவள் முலைக் காம்பில் வாய் பதித்துச் சுவைக்க முடியும். தாமரைப் பூவால் அவள் வயிற்றுப் பகுதியையும் ஐதுமயிர் பகுதியையும் தடவி அவளுக்கு உவகையூட்டி அதன் பின்னர் பாம்பாய் நெளிந்து அவளுள் புகுந்து பாறையாய் இறுக முடியும். அவள் தடவி, முகர்ந்து, கசக்கி, பிதுக்கி, பிசைந்து, அமுக்கி மகிழத் தன் உடலைத் தர முடியும்.

அவள் பெண். அவளை மகிழ்விக்க அவனால் முடியும். அவள் மகிழ்வதற்குத் தன்னைத் தர முடியும்.

அவன் மந்திரிகள் அவனிடம் பலவாறு கூறினார்கள். ஒரு மந்திரி அவள் பேசுவதெல்லாம் ரகசியமான சிருங்கார மொழி என்றான். இன்னொருவன் அவள் சாதாரணப் பெண்ணல்ல காலனை ஒத்தவள் என்றான். அவர்களிடம் எல்லாம் அவள் அவனை எருமைக் கடா என்றே கூறினாள். அவன் உலகம் சர்ப்பங்கள் வாழும் பாதாளம்; அங்கு அவன் போய்விட வேண்டுமென்றாள். அது அவனைப் பாதிக்கவில்லை. அத்தனை கோபத்தையும் காதலால் வெல்ல முடியும் என்றே நம்பினான். அப்படியே மந்திரிகளைக் கூறச் சொன்னான்.

அவள் அதற்கும் பதில் சொல்லி அனுப்பினாள். தன்னை வீரம் இருப்பதால் ஆணென்றும் மகிஷன் காதலைக் கூறிக் கொண்டு இருப்பதால் பெண்தன்மை உடையவன் எனக் கூறினாள். அவளும் பெண், ஆண் என்னும் பால் பிரிவையும்

அம்பை

அதன் தன்மைகளையும் ஒட்டித்தான் பேசினாள். அவள் பெண்-ஆண் ஆகிய இரு தன்மைகளும் உடையவள் என்றால் அவன் ஆண்-பெண் என இரண்டு தன்மைகளும் உடையவனாக இருக்கக் கூடாதா என்ன? அவனை மட்டும் ஏன் காதலைக் கூறுவதால், அன்பு காட்டுவதால், அவளுடன் சமர்புரிய முன்வராததால் பெண் எனக் கூறி அதை இழிசொல்போலக் கூறுகிறாள்? ஆணைவிடப் பெண் கீழ்ப்பட்டவளாக அவளே நினைக்கிறாளா என்ன? 'ஆண்தன்மை இல்லாத மகிஷனை நீ ஆண்மகனெனச் சொல்வது பெண்தன்மையில்லாத பேடியைப் பெண்ணென்று அழைப்பதுபோல' என்று கூறினாளாம் மந்திரி யிடம். அதுமட்டுமல்ல. தொடர்ந்து அவள் அவனை ஒரு மிருகம் என்றே அழைத்தாள். மகிஷ புத்தி உடையவன் என்றாள். 'எனக்கு நீ சமமானவனா? அழகான நான் எங்கே, அவலட்சண மான நீ எங்கே? அழகுக்கும் அவலட்சணத்துக்கும் சேருமா?' என்று கேட்டாள்.

மந்திரி தாம்பரனிடம் அவள் அவன் தாயைப் பற்றிக் கூறியது கூரிய வாளாய் அவனைத் துளைத்தது:

'உன் தாய் அசுத்தம் என்பதைச் சிறிதும் உணராத உடலைக் கொண்ட எருமை. புல்லை உண்பவள். உன் தாயைப் போன்ற பெண் இல்லை நான். எனக்கு முன்னே இரண்டு கொம்புக ளில்லை. பின்னால் வாலுமில்லை. பருத்த வயிறுமில்லை.'

தான் கற்பில் சிறந்தவள் என்று அவள் கூறினாள். எல்லோருக்கும் கடவுளான பரமசிவன் அவள் பதியாம். அவன் தாய் எந்த வகையில் அவளைவிடக் குறைந்தவள்? அவளும் தன் கணவனுடன் உயிர்விடத் துணிந்தவள்தானே? பிறன் மனைவிமேல் ஆசைகொள்ளும் தேவர்களின் சார்பாகத் தானே அவள் வந்திருக்கிறாள்? உடலெல்லாம் பெண் குறியைச் சுமந்துகொண்டு அவற்றை ஆயிரம் கண்களென்று கூறிக்கொள் ளும் இந்திரனுக்காக அல்லவா அவள் போரிட வந்திருப்பது?

அவன் தாயையும் அவன் உருவத்தையும் பழித்தபோது கூட அவளுடன் போரிட மனம் வரவில்லை.

அஸ்திர சாஸ்திரப் பயிற்சியிலும் மந்திரசித்தியுள்ள ஆயுதப் பயிற்சியிலும் வல்லவர்களான அசுரர்கள் பாஷ்கலன், துன்முகன் இருவரையும் அவள் கொன்று வீழ்த்தினாள். அவன் மந்திரி தாம்பிரானையும் சேனாதிபதி சிக்ஷுவையும் தலைகளை வெட்டிக் கொன்றாள்.

மகிஷன் பதைபதைத்துப் போனான். அப்போதும் அவள் மேல் கோபம் வரவில்லை.

ஒரு கறுப்புச் சிலந்தியுடன் ஓர் இரவு

அசிலோமன், பிடாலன் இருவரையும் அவன் அனுப்பிய போது அவர்களும் மற்றவர்களைப் போல அவளிடம் இதமாகப் பேசி அவன் காதலைக் கூறினார்கள். அப்போதும் அவள் அவனை எருமையின் மகன் என்றே கூறினாள் என அவன் சேனையிலுள்ளவர்கள் கூறினார்கள். அதற்குப் பிறகுதான் அவர்கள் சண்டையிட்டுப் பின் பிடாலன் வீர மரணம் அடைந்தான். அசிலோமன் தலை கொய்யப்பட்டு இறந்தான். சரீரம் முழுவதும் உதிரம் சொட்ட முருக்கமலர்போல அவன் பிரகாசித்தபடி அவளுடைய சிங்கத்தை கதையால் அடித்தானாம். சிங்கமும் அவனுடன் சண்டையிட்டதாம். பிறகு அவள் தன் கூரிய வாளினால் அவன் தலையை வெட்டினாளாம். பிறகு அவளுடைய சிங்கம் கையில் கிடைத்தவர்களை எல்லாம் அடித்துக் கொன்றதாம்.

பிறகுதான் மகிஷன் அவளைச் சந்திக்கப் புறப்பட்டான். அப்படியும் அழகான ஆண்மகன் போன்ற உருவத்தைப் பூண்டு கொண்டான். அவள் அவனை எருமை எனச் சொன்னதும் அவலட்சணம் எனக் குறிப்பிட்டதும் அவனை உறுத்தியது போலும். போர்க்களத்திலும் அவன் தன் காதலைப் புன்னகை யுடன் கூறினான் முதலில். புணர்ச்சியின் இன்பம் பற்றிக் கூறி, அவளை அவன் அவள் விரும்பும் எந்த ரூபத்திலும் இருந்து அவள் சுகத்திற்கேற்றவாறு நடந்துகொள்வதாகக் கூறினான். அவளே தன் செல்வம் என்றான். தான் அவள் தாசன் என்றான். அவள் மட்டும் கூறினால் தேவர்களோடு சண்டை போடுவதைக் கைவிடுவதாகக் கூறினான். அவளுக்கு எது சுகமோ அதைச் செய்வதாகக் கூறினான்.

அவன் பிறப்பிலிருந்து அனுபவித்த தனிமையும் அசுரன் என்பதாலேயே ஏற்பட்ட சிறுமையும் அவள் தன் காதலை ஏற்றால் போய்விடும் என்று மகிஷன் நினைத்தான். அந்தத் தனிமை என்னும் அந்தகாரம் பற்றி அவன் யாரிடமும் கூறிய தில்லை. அவனைக் காதலுடன் பார்த்து, 'நீ அவலட்சண மானவனல்ல. அசுரனாயிருந்தாலென்ன? நீயும் காதலிக்கலாம். முனிவர்களின் மனைவிகளையும் மற்றவர்களையும் இச்சிக்கும் தேவர்களும் கந்தவர்களும் இருக்கும்போது, அரச குலப் பெண் களுக்குக் கர்ப்பதானம் செய்யும் முனிவர்களும் தேவர்களும் இருக்கும்போது, எந்தக் குலப் பெண்ணானாலும் அவளை அடைந்தே தீரும் அரசர்கள் இருக்கும்போது, ஓர் அவதாரத் தில் எங்கே போனாலும் ஒரு பெண்ணை மணந்தவர் இருக்கும் போது, உன்னைப் போன்றவர்களுக்கும் இடம் உண்டு' என ஒரு பெண் இதமாகப் பேசினால் அந்தப் பரிவில் அவன் பொளிந்துபோய்விடக்கூடும் என்று மகிஷனுக்குத் தோன்றியது.

அதனால் மீண்டும் மீண்டும் கூறினான்: 'ஓ அகன்ற நயனங்களை உடையவளே, எனக்கு என்ன கட்டளை இடுகிறாய்? அதை நான் மீறமாட்டேன். நான் உன் அழகில் மோகித்து மயங்கியிருக்கிறேன். பீடிக்கப்பட்டிருக்கிறேன். உன்னைச் சரணடைந்திருக்கிறேன். எல்லாவற்றையும்விடப் பெரிய தர்மம் சரணாகதி அடைந்தவர்களைக் காப்பது அல்லவா? நுண்ணிய இடையை உள்ளவளே, நான் உன் ஏவலாளி. நீ என்னை சாகச் சொன்னாலும் சாவேன். இவள் சொல்லைக் கேட்டு சாவதா என்று நினைத்துக்கூடப் பார்க்க மாட்டேன். நான் ஆயுதபாணியாகத்தான் வந்திருக்கிறேன் போர்புரிய. ஆனால் உன் முன்னே நிராயுதபாணியாகச் சரணமடைந்து நிற்கிறேன். நான் பிறந்தது முதல் பிரம்மன் போன்றவர்களிடம்கூட நான் கெஞ்சியில்லை. அப்படிப் பட்ட நான் ஒரு பெண்ணிடம் இவ்வளவு கெஞ்சுகிறேன். உனக்கு இரக்கம் வரவில்லையா?'

அவள் தான் சாதாரணப் பெண்ணல்ல என்றாள். தான் சம்சார சக்தி அல்ல என்றாள். சம்சாரம் என்னும் துக்கத்தைப் போக்கடிக்கும் சிவசக்தியாம் அவள். பெண்ணால் அடையும் சுகம் ஒரு சுகமல்லவாம். ஒரு மனிதனைக் கட்டுவதற்கு இரும்புச் சங்கிலியைவிட உறுதியான ஒன்று உண்டென்றால் அது பெண் தானாம். பெண் உறுப்பு வெறும் துர்மணம்கூடிய சிறுநீருக்கு இடமாயிருப்பது எனக் கருதினாள். பூலோகத்திலும் பாதாளத் திலும் அவன் நடமாடலாம். தேவலோகத்தையும் தேவர்களை யும் அவன் அணுகக் கூடாது என்றாள். இதைச் செய்தால் அவனைக் கொல்லாமல் விடுவதாகக் கூறினாள்.

யுத்தம்தான் எப்போதும் மகிஷனுக்கு விருப்பமானது. ஆனாலும் அவள் கூறியதை ஏற்க முடியவில்லை. யுத்தம் செய்ய மனமும் வரவில்லை. அவனும் அவளிடம் தன் மனத்தைக் கூறினான். அவள் வேண்டுமானால் அவனை மணக்கலாம். அல்லது திரும்பிப் போகலாம். அப்படிச் செய்தால் அவனும் அவளைக் கொல்லமாட்டான். அவன் காதலும் அதையொட்டிய காமமும் மிகவும் தீவிரமானது. அவளைக் கடத்திக்கொண்டு போகுமளவுக்கு அவனை ஆட்டிவைப்பது. ஆனால் அதனால் என்ன பயன்? பலாத்காரத்தால் இருவர் அன்பினால் கூடும் சுகம் வருமா? ஆண் சுகம் வேண்டாமென எப்படி அவளால் நினைக்க முடிகிறது என வியந்தான்.

அப்போது அவள் மறுபடியும் அவனை எருமை என்றழைத் தாள். சாதுக்களுக்கு துக்கம் உண்டாகும்போது அந்தத் துக்கத்தைப் போக்க வருபவள் தான் என்றாள். 'யுத்தம் செய் இல்லை பாதாளத்திற்குப் போ' என்றாள்.

பூமியில் சாதுக்களுக்கு மட்டும்தான் துக்கமா? அசுரர்களுக்கு துக்கமில்லையா? நெய்யும் சோறும் இறைச்சியும் கூடிய கடவுள்களுக்கான படையல் தேவர்களுக்கு மட்டும் தானா? ஒவ்வொரு யுகத்திலும் பாதாள உலகத்தின் எல்லையை விட்டு வெளியே வரக் கூடாது, மற்றவர்களுடன் உறவு பூணக் கூடாது என்பது எல்லாம் துக்கத்தில் சேர்த்தி அல்லவா? இந்த துக்கத்தைப் போக்க எந்த தேவி அவதாரம் எடுக்கப் போகிறாள்?

கேள்விகள் மனத்தில் முட்டின. பதில் கிடைக்காதென்று மகிஷனுக்குத் தெரியும். அவன் மூர்க்கமாகப் போரிட ஆரம்பித் தான். அவன் சேனையின் அசுரர்கள் அவன் கட்டளையை ஏற்று யுத்தத்தில் இறங்கினார்கள். அவர்களில் திரிநேத்திரன் இறந்தும் மகிஷன் சிங்கமாகவும் யானையாகவும் சிங்கத்தைக் கொல்லும் எண்கால் சரபமாகவும் தன் உருவத்தை மாற்றிப் போரிட ஆரம்பித்தான்.

தேவியும் சண்டிகை ரூபமெடுத்தாள். கையிலிருந்த பாத்திரத்திலிருந்து திராட்சை மதுவை உண்டாள். சூலாயுதத்தை எடுத்தாள். மகிஷனைத் துரத்த ஆரம்பித்தாள். தேவர்களும் முனிவர்களும் யோகிகளும் சித்தர்களும் கின்னரர்களும் பூக்களைப் பொழிய ஆரம்பித்தார்கள். தேவ வாத்தியங்கள் முழங்கின. அவள் புகழைப் பாடியபடி 'உனக்கே வெற்றி, உனக்கே ஜயம்' என்னும் ஒலிகள் எங்கும் நிறைந்தன.

எப்போதும்போல் மகிஷன் தனியனாய் நின்றான். தட்டிக் கொடுக்க ஆளில்லாமல். அவன் வெற்றிக்கு முழக்கமிட யாரு மில்லை. பல உருவங்களெடுத்துப் போரிட்டான். சூலத்தால் குத்துப்பட்டு மயங்கினான். பிறகு எழுந்து அடிவயிற்றிலிருந்து ஒலத்தை எழுப்பி எருமையாக மாறினான். சுற்றிச் சுற்றி வந்து முரட்டுத்தனமாகச் சண்டையிட்டான். தேவி சக்ராயுதத் தைக் கையிலெடுத்தாள். அவன் சற்று நேரம் அசைவற்று இருந்தாலும் அது அவனைக் கொல்லும் என்றாள்.

மகிஷன் நின்றான். அவளைப் பார்த்தான். கடைசிமுறை யாகப் பார்ப்பதுபோல். எதிர்காலத்தில், பின்னொரு யுகத்தில், தாழ்ந்த சாதியினர் எனக் கருதப்படும் சாதியினரான திருப்பாணாழ்வார் பக்தியுடன் கடவுளைப் பற்றி எழுதப் போகும் வரிகள் அவன் மனத்தில் ஓடின மிகுந்த காதலுடன்:

கரியவாகிப் புடை பரந்து மிளிர்ந்து
செவ்வரியோடி நீண்டவப்
பெரியவாய கண்களென்னைப்
பேதைமை செய்தனவே...

அம்பை

அவளைப் பார்த்தபடியே நின்றான். தேவியிடமிருந்து கண்களை அகற்றாமல் கூறினான்: 'உயர்குலப் பெண் ஒருத்தியைக் காமுறுவது அவ்வளவு பெரிய குற்றமா?'

சக்ராயுதம் பறந்து வந்து அவன் கழுத்தை வெட்டியது.

தேவியின் சிங்கம் பாய்ந்து பாய்ந்து மகிஷனின் குலத்தவரைத் தாக்கியது. அவர்கள் பாதாளத்துக்கு ஓடினார்கள்.

அமரர்களும் மனிதர்களும் சாதுக்களும் முனிவர்களும் பரமானந்தம் அடைந்தார்கள்.

தேவி சிங்கத்தின் மேல் அமர்ந்து போர்க்களத்தை விட்டு அகன்றாள் திரும்பிப் பாராமல். பிற்காலத்தில் மகிஷனைக் கொன்றவள் என்னும் பெயர்தான் அவளுக்கு நிலைக்கும். அவள் பெயருடன் என்றென்றும் அவன் பெயரும் இணைக்கப் படும். வதம் செய்யப்பட்டது மகிஷன்தான். அவன் காதல் அல்ல. இது அவள் அறியாதது அல்ல. அவளும் சந்தர்ப்பச் சூழ்நிலையால் உருவாக்கப்பட்டவள்தானே? அவள் பெயருடன் அவன் பெயரும் பிணைந்துகிடப்பதுதான் மகிஷனின் அன்புக்கு ஈடுகட்டும் விதமோ என்னவோ?

அவள் சென்ற பாதையின் பின்னால் தலை வேறு முண்டம் வேறாக, உதிரம் பெருக்கோட, தன்னை அள்ளி எடுத்து அணைப்பார் இல்லாமல் கிடந்தான் அவலட்சணம், எருமை யின் மகன், அசுரன் என இகழப்பட்ட மகிஷன் என்ற காதலன். சாகும் கணத்தில், எதிர்காலத்தில் அவன் அறியப்போகும் விதம் தெரிந்துவிட்டாலோ என்னவோ அவன் முகம் சாந்தமாக இருந்தது. மிகவும் எட்டத்தில், வசப்படாமல் நிற்கும் ஒன்றைப் பிடிக்க முயல்வதுபோல் அவன் பெரிய விழிகள் மேலே வானத்தைப் பார்த்தபடி நிலைத்து நின்றன.

○ ○ ○

உயிர்மை, அக்டோபர் 2013

நிலவைத் தின்னும் பெண்

சரித்திர இடிபாடுகள் நிரம்பிய அந்த ஊரின் பல்கலைக்கழகத்துக்குப் போக வேண்டாம் என்று தான் முதலில் தீர்மானித்தாள். பல்கலைக்கழகம் உள்ளே தள்ளி, பாறாங்கற்கள் நிறைந்த இடத்தில் இருந்தது. பெரிய பெரிய பாறைகள். கண்ணுக் கெட்டிய தூரம்வரை பாறைகள் கிடக்கும். பல வருடங்கள் முன்பு போயிருக்கிறாள். பாறைகளின் ஸ்திரத் தன்மையும் உறுதியும் அவளுக்குப் பிடிக்கும். கல் சிற்பங்கள் செதுக்கும் அவள் தோழி பாறை களைத் தொட்டால் அவை பேசும் என்பாள். முன்பு அவளுடன் வந்திருந்தபோது பாறைகளைத் தொட்டுத் தொட்டு அவற்றின் சேதிகளை அறிய முற்பட்டாள் மிகுந்த உற்சாகத்துடன்.

ஆனால் சில நாட்கள் முன்பு கருத்தரங்கிற் கான அழைப்பு வந்தபோது வலிக்கும் கால் முட்டி தான் மனத்தில் முதலில் தோன்றியது. பிறகு மற்ற வலிகள். தோளில், அடி முதுகில், மூட்டுகளில். சில சமயம் சற்றும் எதிர்பாராதபோது குதிகாலில். அல்லது நெஞ்சில் சுரீர்க் குத்து. இல்லை பல்லில் சுளீர் வலி. தாமஸ் ஹார்டி ஏதோ ஒரு நாவலில் வலி இருந்தது, வலி இருக்கிறது, வலி இருக்கும் என்று எழுதியிருந்தது அடிக்கடி நினைவுக்கு வரும். இதில் இந்த அழைப்பு. மின்னஞ்சல் மூலமும் கைப்பேசி வழியாகவும் வற்புறுத்தினார்கள். அவள் பதிலை எதிர்பார்ப்பதாகப் பல குறுஞ்செய்திகள். ஒப்புக்கொண்டாள்.

மாலையாகிவிட்டது நகரத்தில் வந்து இறங்கிய போது. ஜீப் வந்திருந்தது அங்கிருந்து பல்கலைக்

கழகத்தைச் சென்றடைய. பல்கலைக்கழக வளாகத்தை எட்டிய போது மென்னிருட்டு பரவ ஆரம்பித்துவிட்டது. அங்கொன்றும் இங்கொன்றுமாய் விளக்குகள். நீட்டிய முலைகளுடன் மல்லாந்து படுத்திருக்கும் கரிய பூதகிகளாய்க் கிடந்தன பாறைகள்.

விருந்தினர் விடுதியை எட்டியபோது பாறைகளின் மேல் அமர்ந்த பெரிய ராட்சசப் பருந்துபோல் அது தெரிந்தது. அவளுக்கான அறையை நோக்கி நடந்தாள். அவள் முன்னால் அவள் பெட்டியுடன் ஜீப்பின் ஓட்டுநர் போய்க்கொண்டிருந்தார். அவள் அறையை ஒட்டித்தான் உணவுக்கூடமும் சமையலறை யும் இருந்தன. உணவுக்கூடத்தின் வெளியே இருபத்தைந்து வயது மதிக்கத்தக்க பெண் உட்கார்ந்துகொண்டிருந்தாள். பக்கத்தில் சூம்பிய கால்களுடன் இரண்டு வயதுபோல் தெரிந்த பையன். இவள் வந்ததும் இவளை நிமிர்ந்து பார்த்தார்கள் இருவரும். வண்டுகள் மொய்க்கும் பால் கிண்ணங்கள்போல் கண்கள் பையனுக்கு.

இவள் அறையைத் திறந்து பெட்டியை உள்ளே வைத்ததும் மின்சாரம் போய்விட்டது. பரபரப்புடன் மெழுகுவர்த்தியை ஏற்றி ஒரு மூலையில் வைத்துவிட்டுப் போனார் ஓட்டுநர். அது சுவற்றின் மேல் நிழல் துணிகளைப் போட்டுத் துவைத்தது. எதிரே பெரிய சன்னல். அதன் வெளியே கரிய நிழல்களாய்ப் பெரிய மரங்களும் பின்னணியில் பெரும் பாறைகளும். சன்னலுருகே போனதும் சட்டென்று கண்ணில் மோதியது நிலவு. முழுநிலவு. விளையாட்டு வீரர் ஒருவர் சுழற்றி வானத்தில் எறிந்த பெரும் பந்துபோல. தட்டத் தட்ட எழும் பந்து. சில சமயம் கீற்றுக் கொக்கியாகவும் அரை வட்ட ஊஞ்சலாகவும் முக்கால் வடிவ உடைந்த பீங்கான் தட்டாகவும் இருக்கும் நிலவு.

நெஞ்சில் வந்து வந்து முட்டியது நிலவு.

○○○

நிலவு அவள் சகபயணி. பேஹாக்கும் சிந்துபைரவியும் இன்னும் பல ராகங்களும் கூடியதாய். பீம்ஸேன் ஜோஷியும் பேகம் அக்தரும் இணைந்து வந்த இசையாய்.

அம்மாவுக்கும் பாடப் பிடிக்கும். முறையாக இசை பயில வில்லை. ஆனால் நாட்டுப் பாடல்களும் தாலாட்டுகளும் காவடிச் சிந்துகளும் அவள் என்ன வேலை செய்தாலும் அவள் குரல்நாளங்களில் இருந்தன.

புடவைத் தலைப்பை அம்மா மடியில் இருந்த அவள் முகத்தின் மேல் போட்டிருந்தாள் அவள் உறக்கம் கலையா திருக்க. உறக்கம் கலைந்தபோது மெல்லிய புடவையின் ஊடே

ஒரு கறுப்புச் சிலந்தியுடன் ஓர் இரவு

முழுநிலவு தெரிந்தது. அலையலையாய் வந்து மோதுவதுபோல் ஒரு பாட்டு பிஞ்சுச் செவிகளை நிறைத்தது. அம்மாவின் தொடை மெல்ல ஆடியபடி இருந்தது அவள் உறக்கம் நீடிக்க. அவள் வயிற்றின் மேல் மெத்துமெத்தென்று அம்மாவின் கை தட்டல். அம்மா ஏதோ திறந்தவெளிக் கச்சேரியில் கீழே அமர்ந்திருந்தாள் அவளுடன்.

அம்மாவின் நைந்த நூல் புடவையினூடே பார்க்கும் ஒன்றாகிவிட்டது நிலவு. புதிய புடவைகள் அம்மா கட்டுவது அரிது. தையல் இயந்திரத்தின் மேல் தலையைக் கவிழ்த்துக் கொண்டு அதை ஓட்டியபடியோ ஸ்டவ்வில் பம்ப் அடித்த படியோ இசையில் மயங்கியபடி தலையை அசைத்தபடியோ தான் அம்மா மனத்தில் இருந்தாள். கண்டிப்பும் கறாருமான அம்மா. நெஞ்சுரம் உள்ள அம்மா. மும்பாயின் ஒற்றை அறைச் 'சால்' ஒன்றில் தையல் இயந்திரத்துடன் போராடியபடி, அவளை ஊக்குவித்தபடி, இசையை ரசிப்பதை விடாமல் தக்கவைத்துக் கொண்ட அம்மா.

○○○

தன்னுடைய அம்மாவும் அப்படிப்பட்டவள்தான் என்றான் அவன். ஆனால் அவள் கல்லூரியில் பேராசிரியை. ஒன்றுமே இல்லாமல் ஒரு கைக்குழந்தையுடன் ரயிலேறி டிக்கெட் கேட்ட டிக்கெட் பரிசோதகரிடம் தன் மூக்குத்தியைக் கழற்றிக் காட்டிய அம்மா. பிறகு படித்துத் தன் காலிலேயே நின்றவள். அவள் வாழ்க்கைப் படகு ஓட இசை ஒரு வலிய துடுப்பாக இருந்த தாம். அவள் பிறந்து வளர்ந்த அந்தப் பெரிய வீட்டிற்கு வராத இசைக் கலைஞர்கள் இல்லை. வாழாவெட்டி, வாழ்க்கையைத் தொலைத்தவள் என்று பெயரிடப்பட்ட அவளைப் பொத்திப் பொத்தி இருக்கச் செய்தது அந்த வீட்டின் இதழும் அதில் நிரம்பிய இசையும்தான். வாயிலில் யாசகம் கேட்க வரும் ஒருவர் நன்றாகப் பாடினால் உள்ளே அழைத்துப் பாடச் சொல்லும் குடும்பம். ஒவ்வொரு பௌர்ணமியும் இசை வளாக மாகிவிடும் அவர்கள் முன்வாசல் தோட்டம். வீட்டில் வந்து தங்கும் பாடகர்கள் அல்லது இசை வாத்தியக் கலைஞர்களின் காலைச் சாதகத்துடன்தான் பல நாட்கள் பொழுது விடியும். பூபாளமோ பௌளியோ எழுப்பும். வீணை மீட்டோ நாதஸ்வர ஒலியோ வயலின் இழைப்போ சிதாரின் தந்தி உராய்வோ கண்களை மலர்த்தும். சில சமயம் மிருதங்கத்தின் தும்தும், தட்தட் ஒலியோ கடத்தின் டட்டட் ஒலியோ திஸ்ர நடையிலோ சதுஸ்ர நடையிலோ கண்ட நடையிலோ எழவைக்கும். அவளுக் கும் இசைத் தேர்ச்சி இருந்தது.

பெங்களூரில் அவள் வேலைசெய்ய வந்தபோதுகூட வீட்டின் மூலையில் குட்டித் தம்பூரா இருந்தது அவளுக்குப் பலம் தர. சக்தியூட்ட. மல்லேஸ்வரம் பிள்ளையார் கோவிலை ஒட்டிய அரங்கில் எந்த ஹரிகதை, கதாகாலட்சேபம், கச்சேரி நடந்தாலும் அவன் கையைப் பற்றிக்கொண்டு அவன் அம்மா போய்விடுவாள்.

இறுக்கி முடிந்த கொண்டையுடன், கண்ணாடி போட்டுக் கொண்டு, கொஞ்சமும் தளராத இறுகிய தாடைகளுடைய அம்மா. பிடிவாதக்கார அம்மா.

அப்படித்தான் அவன் தன் அம்மாவை அறிமுகம் செய்தான்.

000

திறந்த புல்வெளியில் அத்தனை மாணவர்களும் கூடியிருந் தார்கள். சிறு சிறு குழுக்களாய் அமர்ந்து டில்லியின் குளிர் காலத் தொடக்கத்தை ரசித்தபடி. சிலரது கம்பளிச் சட்டைகள் வெளியே வந்தாயிற்று. சிலர் வெறும் கம்பளிக் குல்லாய்கள் அல்லது மஃப்ளருடன். சிலர் வெறும் பருத்திச் சால்வையுடன். சிலர் தங்கள் ஆண் நண்பர்கள் அல்லது பெண் தோழிகளுடன் நெருங்கி அமர்ந்தபடி ஒரே சால்வையைப் போர்த்திக் கொண்டோ துப்பட்டாவைத் தன் கழுத்திலும் தன் தோழன் தோளிலும் போட்டபடியோ தோழனின் கம்பளிச் சட்டை யிலோ அவன் தாடியிலோ கன்னத்தை உரசியபடியோ வரப் போகும் கடுங்குளிர் காலத்தை எதிர்நோக்கியபடி அமர்ந்திருந் தார்கள். அங்கங்கே பேச்சும் சிரிப்பும் பாட்டும் இருந்தன நிலக்கடலை, உருளைக்கிழங்கு வறுவல் அல்லது மட்டரி, பிகானேரி சேவுடன். மேலே நிலவு.

அவள் இருந்த குழுவில் அவன் இருந்தான். அவன் பிரிவைச் சேர்ந்தவர்கள் அவனைப் பாட வற்புறுத்தினார்கள். கள்ளக் குரலில் பாடினான் மெல்ல. 'நான் தேடும்போது நீ ஓடலாமோ, ஏன் ஊடலோ வெண்ணிலாவே வாராய்...' நிலவின் கிரணங் கள் பாட்டைத் தேர்போல் இழுத்துச் சென்றன.

'யார் பாட்டு இது?' என்றாள்.

'சினிமா பாட்டு. ரகுநாத் பாணிக்ரஹி பாடியது' என்றான்.

'அவர் தமிழ்லகூடப் பாடியிருக்காரா என்ன?'

'ஓ, அப்புறம்தான் சஞ்சுக்தாவுக்காக எல்லாவற்றையும் விட்டுவிட்டுப் போனார்.'

இன்னும் பலரும் பாடினார்கள். ரபீந்திர சங்கீத், பஞ்சாபிப் பாடல்கள், ராஜஸ்தானத்து நாட்டுப் பாடல்கள் என்று இரவு

போயிற்று. ஏதோ ஒரு கட்டத்தில் அவள் கை அவன்மேல் பட்டு அவன் அதைத் தன் கையில் பிடித்துக்கொண்டான்.

ooo

உதவிப் பணம் அவள் செலவுக்கும் அம்மாவுக்கு அனுப்பவும் போதவில்லை என்று ஒரு குடும்பத்துப் பிள்ளைகளுக்குட்யூஷன் எடுக்க முற்பட்டிருந்தாள். மாலை ஐந்து முதல் ஏழு மணிவரை. அவர்கள் விடுதியின் சற்றுப் பக்கத்தில்தான். பத்து நிமிட நடை. பணக்காரக் குழந்தைகள். முரண்டு பிடித்தபடி படித்தன.

அவள் கையை ஒருமுறை தொட்டு, 'நீங்க ஏன் இவ்வளவு கறுப்பு?' என்றார்கள் ஒரு நாள்.

'ஏன்னா? கறுப்பு அதனால கறுப்பு' என்றாள்.

'உங்க அம்மாகூடக் கறுப்பா?'

'ம்.'

'உங்கப்பா?'

அப்பா சிவந்த நிறம் என்பாள் அம்மா. அவள் பார்த்ததில்லை. அவள் அம்மா உடலிலிருந்து இறங்கி உலகில் நுழையும் முன்பே அவர் போய்விட்டார். வீட்டின் ஒரு மூலையில் இருந்த பூஜைப் பகுதியில் இருந்த மங்கிய புகைப்படத்தில் அவர் கன்னங்கரேல் என்றுதான் இருந்தார். அது ஏதோ இருட்டில் எடுத்து என்றாள் அம்மா. முதலில் அதைத்தான் பார்த்தாளாம். பிறகு நேரில் பார்த்தபோதுதான் அவர் சிவப்பு எனத் தெரிந்ததாம். அப்பாவுக்கு அம்மாவின் கறுப்பு பிடிக்குமாம். 'நாகப்பழம்' என்று கொஞ்சுவாராம். 'நானும் நாகப்பழம். நீயும் நாகப்பழம்' என்பாள் அம்மா.

'உங்கப்பா?' என்றார்கள் மீண்டும்.

'அவரும் கறுப்புத்தான். நல்ல பளபளன்னு நாகப்பழக் கறுப்பு. நீங்க ஏன் இவ்வளவு சிவப்பு? தோல் உரித்த பழம் மாதிரி?'

குழந்தைகளுக்கு வியப்பு. சிவப்பு நிறத்தை யாரும் இதுவரை குறைத்துப் பேசியதில்லை. அழகு எல்லாம் சிவப்பு. அவலட்சணம் எல்லாம் கறுப்பு. கடவுள்கள் சிவப்பு. அசுரர்கள் கறுப்பு. கண்ணன் மட்டும்தான் கறுப்பு. ஆனால் அது விசேஷக் கறுப்பு.

'கிருஷ்ணா மாதிரியா?' என்றார்கள்.

'ஆமாம்' என்றாள்.

அதற்குப் பிறகு நிறம் பற்றிப் பேசுவதில்லை.

ஆனால் பல்கலைக்கழகத்தில் நிற மதிப்பீடுகள் இருந்தன. புதிய மாணவர்கள் அறிமுக நிகழ்ச்சியில் பாட்டும் கேலிப் பேச்சுகளும் உற்சாகக் கூச்சல்களும் நடந்தபோது, 'மீட் மி டுநைட் இன் த மூன் லைட்' பாடச் சொன்னார்கள் அவளை. அவளும் பாடினாள். 'நான் சந்திக்கத் தயார். நீ இருட்டில் தெரிய வேண்டாமா?' என்று தேவிந்தர் சிங் கூற எல்லோரும் ஹோஹோஹோ எனச் சிரித்தனர்.

அவன்தான் எழுந்து அது அவ்வளவு நல்ல நகைச்சுவை யூட்டும் விஷயம் அல்ல எனக் கூற, இன்னும் சிலரும் அதை வலியுறுத்த, தேவேந்தர் சிங் மன்னிப்புக் கேட்டான்.

ooo

பக்கத்து வீட்டு லீலா லோகண்டே வீட்டில் ரேடியோ வின் அவசியமே இருக்கவில்லை. காலை நான்கு மணியிலிருந்து துகாராம் பாடல்களைப் பாட ஆரம்பித்துவிடுவாள். பரேலி லிருந்த நெசவாலைகளுக்குச் செல்லும் பல தொழிலாளிகளுக்கு மூன்று வேளை சாப்பாடு அவள் வீட்டில்தான். மாதக் கணக்கு. அம்மாவின் சிநேகிதி. அம்மாவின் குரலோ லீலாதாயியின் குரலோ கசிந்துகொண்டே இருந்தது மனத்தில் டில்லியிலும்.

பாட்டுக் கேட்கும் வாய்ப்பை ஏற்படுத்தித் தந்தான் அவன்.

அவள் கான்டீனில் தேநீர் பருகியபடி இருந்தாள். ட்யூஷன் போக முக்கால் மணி நேரம் இருந்தது.

அவனும் இன்னும் சிலருமாக வந்து அவளுடன் அமர்ந் தார்கள் தேநீர்க் கோப்பைகளுடன்.

'பாட்டு கேட்க வரியா?' என சுனந்தா கேட்க,

'எங்கே? கச்சேரியா?' என்றாள்.

'இல்லை, இல்லை. இங்கே சங்கீத நாடக அகாடமி லைப்ரரில பாட்டு கேட்கலாம். அதற்கான நேரத்தைப் பதிந்து விட்டு வந்திருக்கிறேன்' என்றான்.

'ட்யூஷன் போக வேண்டுமே?'

'எத்தனை மணிக்கு?'

'நாலு மணிக்கு.'

'அரை மணியாவது கேட்கலாமே?' என்றான்.

அவர்களுடன் போனாள்.

ஒரு கறுப்புச் சிலந்தியுடன் ஓர் இரவு

பீம்ஸேன் ஜோஷி லலித் ராகத்தினுள் அவளைக் கையைப் பிடித்து அழைத்துப் போனார். அந்த ராகத்தினுள் நுழையத் தெரியாத அவளுக்கும் அவன் சிறு வழிகள் அமைத்துத் தந்தான் உடன் வந்து. பிறகு ஒரு நாள் குமார் கந்தர்வ், அமீர்கான், பிஸ்மில்லாகான் என ஓர் இசைப் பயணம். சஞ்சுக்தா பாணிக்ரஹியின் நடன நிகழ்ச்சியில் ரகுநாத் பாணிக்ரஹி 'ரதிசுக ஸாரே கடமபிஸாரே மதன மனோஹர வேஷம் ராதே' என்று வருடித் தரும் குரலில் ஜெயதேவரின் அஷ்ட பதியை ஆரம்பித்துவிட்டு 'தீர ஸமீரே யமுனா தீரே வஸதி வனே வனமாலி ராதே' என வழுக்கி இழைந்தபடி போன போது, 'ஜிவ்'வென்று ஓர் உணர்வு ஏறியது. 'பூப் ராகம்' எனக் காதருகே சொன்னான். 'கோபி பீனபயோதர மர்த்தன சஞ்சலகரயுகஷாலி' என்ற வரிக்கு சஞ்சுக்தா விரல்களை மார்பருகே மலர்த்தி வைத்துக்கொண்டபோது புரியவில்லை. 'கிருஷ்ணன் கோபிகைகளின் மார்புகளை விரல்களால் நெருடி விளையாடுகிறார்' எனக் கிசுகிசுத்தான். ஒரு நொடிக்கும் குறைவாக அவன் விரல்கள் அவள் புடவைத் தலைப்பினுள் நுழைந்து அவள் மார்பை நெருடினவா? பாணிக்ரஹி பாட்டைப் போலவே அதுவும் பிடித்திருந்தது. அந்த நெருடலில் பற்றிக் கொள்ளும் நெருப்புபோல் ஒன்று உடலெங்கும் ஓடியது.

பேகம் அக்தரின் கஸல்களின் மோகமும் ஏக்கமும் சிருங்காரமும் விரகமும் புரியாதபோது மொழிச்சிக்கல்களை அவிழ்த்துவிட்டு அவற்றை அறிந்துகொள்ள உதவினான். பாலசரஸ்வதி வர்ணத்தின் இடையே மேடையின் பக்கத்தில் போய் சோடா குடித்தபோதும் ஆடுவதற்கு முன் பாடிக்காட்டிய போதும் அவளுடன் ரசித்தான்.

பிறகு மந்திரம் போட்டதுபோல் காட்சிகள் விரியும் சினிமா உலகம். மும்பாயின் சின்ன 'சால்' உலகத்திலிருந்து எல்லைகள் இல்லா உலகத்தின் பல வெளிகள்.

ooo

விளக்கு வந்தது.

'அம்மாவரே ஊட்டக்கே பன்னி' என்று சாப்பிட அழைத்தாள் வெளியே பார்த்த பெண். இடுப்பில் குழந்தை சூம்பிய கால்களுடன்.

இன்னும் சிலரும் வந்திருந்தார்கள்.

சாப்பிட்டுவிட்டு வந்தபோது அவள் அறையின் வெளியில் இருந்த வராந்தாவில் அமர்ந்துகொண்டு குழந்தையின் கால்களை

நீட்டி மடியில் வைத்துக்கொண்டு ஏதோ எண்ணெயை அழுத்தி அழுத்தித் தேய்த்துக்கொண்டிருந்தாள்.

இவளைப் பார்த்துச் சிரித்தது குழந்தை. அந்தப் பெண்ணும் இவளைப் பார்த்துப் புன்னகைத்தாள்.

அறையைத் திறந்து, வெளியே இருந்த படிகள் மேல் அமர்ந்து அந்தப் பெண்ணையும் குழந்தையையும் பார்த்தாள்.

'அது என்ன மருந்தா?' எனக் கேட்டாள் கன்னடத்தில்.

'ஹவுது அம்மாவரே.'

'என்ன ஆச்சு பையனுக்கு?' அவள் பதில் கூறாமல் தடவியபடி இருந்தாள். எண்ணெய் தடவும் இதத்தில் குழந்தையின் கண்கள் மூடிக்கொண்டன. குழந்தையை மடியில் போட்டுக் கொண்டாள்.

இவளைப் பார்த்து, 'நீங்க பெரியவங்க. உங்ககிட்டப் பொய் சொல்லக் கூடாது' என்றாள்.

'ஏன், என்ன விஷயம்?'

'கல்யாணம் ஆன புதுசு. இவருக்கு ஒரு ஹோட்டல்ல வேலை. ஹோட்டல மூடிட்டாங்க. கையில பணம் இல்ல. வயத்துல புள்ள வந்திட்டது. என்னென்னவோ மருந்தைக் கலக்கிக் குடிச்சுட்டேன் அம்மாவரே. தப்பு பண்ணிட்டேன். எதுக்கும் அது கேட்கலை. ஆறு மாசம் கழிச்சுத்தான் டாக்டர் சொன்னாங்க. வயத்துல ரெட்டைப் பிள்ளைன்னு. ஒண்ணு பிறந்த உடனேயே போயிடுச்சு. இவன் தங்கினான். நல்ல வேளையா இங்க வேலை கிடைச்சுது. நான் சாப்பிட்ட மருந்து காலைத் தாக்கிடுச்சுபோல. குழந்தை இப்படி...'

கண்கள் கலங்கின.

'அது என்ன எண்ணெய்?'

'இங்க ஆயுர்வேத டாக்டர் ஒருத்தர் தந்தது. நிச்சயம் குணமாயிடும்னு சொல்றார். இப்ப நிக்கறான் கொஞ்சம். சரியாயிடுமா அம்மாவரே?'

'நிச்சயம் சரியாயிடும். கவலைப்படாதே. கொஞ்ச நாள்ல எழுந்திருச்சி ஓடுவான் பாரு.'

உடனே எழுந்து வந்து அவள் கையை எடுத்துத் தன் குழந்தை தலையில் வைத்தாள்.

'உங்க ஆசீர்வாதம் பலிக்கட்டும்.'

உறக்கத்தில் குழந்தையின் முகம் எதற்கோ விகசித்தது. இவள் அதன் தலையைத் தடவித் தந்தாள்.

ooo

கருத்தரங்கு முடிந்தவுடன் அங்குள்ள இரு கோவில்களுக்குப் போக வண்டி ஏற்பாடு செய்தார்கள்.

கோவிலை ஒட்டிய பல கதைகள். அங்கிருந்த பிரும்மாண்ட கல்தேர் ஊழிக்காலத்தில்தான் நகருமாம். அங்கிங்குப் பிரிந்து போனார்கள் எல்லோரும்.

நுழைவாயிலின் இடது பக்கம் இருந்த தூண்களுடன் கூடிய திறந்த லாயம் போன்ற பகுதியில் ஒரு குட்டி யானை நின்றுகொண்டிருந்தது. இவள் எட்டிப் பார்த்தாள். அந்த யானையின் பொறுப்பாளர் ஒரு மூலையில் அமர்ந்துகொண்டு எதையோ சொல்லிக்கொண்டிருந்தார்.

யானையைப் பார்த்தபோது அதன் கண்களில் இருந்து கண்ணீர் வடிந்துகொண்டிருந்தது. யானை அழுமா என்ன?

'என்னப்பா? ஏதாவது வலியா யானைக்கு?'

'என்னன்னே தெரியலியே' என்று அரற்றினார். 'ஏனாயித்து? ஹேளு மரி. யாத்தக்கே கோபா? யாத்தக்கே அளுதிதியா?' (என்ன ஆச்சு, சொல்லு குழந்தே. எதுக்குக் கோபம்? எதுக்கு அழுறே?)

அது தலையை ஆட்டியது. கண்ணீர் வடிவது நிற்கவில்லை.

'கால் சங்கிலி இறுக்கமா இருக்கோ என்னவோ?'

'இல்லம்மா. பாருங்க. அவனுக்கு வலிக்காமத்தான் சங்கிலி கட்டியிருக்கேன்.' சங்கிலியைக் காட்டினார். அதைத் தடவித் தடவி, 'ஏ கஜானனா, கணபதிராயா, ஹேலோ...' என்றார்.

அவர் தடவலுக்கு ஈடுகொடுத்தவாறு நின்றது, கண்ணீர் வடிந்தபடி.

யானையை மெல்லத் தடவினாள் அதன் வயிற்றின் மேல் கைவைத்து.

'அம்மாகிட்டயிருந்து பிரிச்சிட்டீங்களோ?' எனக் கேட்டாள்.

'இவனோட அம்மா ஏதோ காட்டுப் பகுதியில இதை விட்டுட்டுப் போயிடுத்தாம். இவன் தனியாத்தான் கிடைச்சான். சரியாத்தான் இருந்தான். இன்னிக்கு ஏதோ அழுகை. பிடிவாதம்.'

அம்பை

அதன் வயிற்றில் கன்னத்தை வைத்துக்கொண்டாள். தடவித் தந்தாள். கீழே இருந்த பழங்களில் இரண்டை எடுத்து இறைஞ்சுவதுபோல் அதன் முன்னால் நீட்டினாள். தும்பிக்கையில் வாங்கிக்கொண்டு கீழே போட்டது.

அதைப் பார்த்தபடி நின்றாள்.

வெளியே வண்டியின் ஹாரன் ஒலி கேட்டது.

○○○

எல்லோரும் அமர்ந்ததும் வண்டி கிளம்பியது.

அந்த பெங்களூர் கருத்தரங்குக்கு அவர்கள் எல்லோரும் குழுவாகத்தான் போயிருந்தார்கள். முதல் நாள் ஆரம்ப நிகழ்வுகள் முடிந்த பிறகு அவன் அவர்களைத் தன் வீட்டுக்குக் கூட்டிப் போனான். அங்கிருந்து நந்தி கோவிலுக்குப் போகத் திட்டமிட்டார்கள்.

பிரம்மாண்டமான கல் நந்தி. அருகே சிறு மலை மேல் இருந்த மண்டபத்தில் எல்லோரும் சென்று அமர்ந்தபோது மெல்ல இருட்டுப் பரவும் நேரம். நிலவு தலை காட்டிவிட்டது ஒரு பக்கம் அந்தரத்தில் ஊஞ்சலாடியபடி.

அவன் அம்மாவிடம் எல்லோரும், 'ஆன்ட்டி, ஒரு பாட்டு' எனக் கேட்டுக்கொண்டார்கள்.

'பாடேம்மா' என்றான் அவன்.

எந்த பிகுவும் செய்துகொள்ளாமல் சம்மதித்தாள். முதலில் விளக்கினாள்: லீலாசுகரின் கிருஷ்ண கர்ணாம்ருத சதகம் இது. ராகமாலிகையாகப் பாடலாம். நான் ஹம்ஸாநந்தியில் பாடறேன். இவன் தாத்தாவுக்குப் பிடிச்ச பாட்டு இது.

நல்ல கணீரென்ற குரல். தடம் புரளாமல் ஓடும் வண்டி போல் போகும் பாடும் முறை. பாய்ச்சல் காட்டாமல், வேகம் காட்டாமல், மோதுவதுபோல் வராத, அழுத்தமாய்க் கால் பதித்தத் தளர்நடை.

ஸாயங்காலே வனான்தே குஸுமித ஸமயே
ஸைகதே சந்த்ரிகாயாம்

மாலை நேரத்தில் ஒரு வனம். வசந்த காலம். ஒரு மணல் குன்றின் மேல் தெரியும் நிலவு.

பாடலின் கடைசி வரிகளில் 'வந்தேஹம் ரஸகேளி' என அவனும் இணைந்துகொண்டான்.

ஒரு கறுப்புச் சிலந்தியுடன் ஓர் இரவு

அந்தப் பாடல் தூரிகைகளின்றி ஓர் ஓவியத்தைத் தீட்டுவதைப் போல் போயிற்று. சுற்றிலும் பெரிய பாறைகள். சற்றுத் தள்ளி நெடுமரங்கள்.

விடுபட வெகுநேரமாயிற்று அவர்களுக்கு.

கடைசி நாளுக்கு முதல் நாள் இரவு ஒரு பாடல் நிகழ்ச்சி இருப்பதாகக் கூறி அழைத்துச் சென்றான்.

மல்லேஸ்வரம் மார்கோசா தெருவில் ஆறு வீடுகள் உள்ள கட்டடத்திற்குப் பின் தோட்டத்தில் அமைக்கப்பட்ட மேடையில் பீம்ஸேன் ஜோஷியின் கச்சேரி. முதலில் நீச்சல் தெரியாத நபருக்கு மூச்சு முட்டுவதுபோல் திணறல் இருந்தது அவளுக்கு. பிறகு மெல்ல மெல்லக் கைபோட்டு நீந்த முடிந்தது. கால் நழுவாமல் நிற்க முடிந்தது. வெண் நுரையாகவும் வேக அலையாகவும் மந்தகதியில் ஓடிய நதியாகவும் அதைத் தன்மேல் பட்டுச் செல்லவிட முடிந்தது.

பதினொன்றரை ஆகிவிட்டது. பாலாய் நிலவு மேலே.

கடைசிப் பாட்டாய பசவண்ணரின் வசனம் ஒன்றைத் தொடங்கினார். சிந்துபைரவியில்.

சகோரங்கே சந்த்ரமன பௌகின சிந்தே
அம்புஜக்கே பானுவின உதயத சிந்தே
பரமரக்கே பரிமளத பந்தும்ப சிந்தே
எனகே என்ன கூடல சங்கம தேவன நெனவே சிந்தே.

சகோரப் பறவைக்குச் சந்திரனின் கிரணங்கள் பற்றிய சிந்தை. தாமரைக்கோ சூரிய உதயம் பற்றிய சிந்தை. வண்டுக்குத் தேனை உண்ணும் சிந்தை. எனக்கோ என் கூடலசங்கமத்தில் உள்ள தேவனின் நினைவே சிந்தை.

சிந்துபைரவி நிலவைத் தொட்டுத் தொட்டுத் திரும்பியது கிரணங்களைப் பறிப்பதுபோல்.

சகோரத்தைப் பற்றிய முதல் வரியை அவர் பலுகிப் பலுகிப் பாடியபோது அவள் தலை அவன் தோள்மேல் படிந்தது. அவன் கரம் அவள் தலை மேல் மெத்தென்று படிந்தது.

೦೦೦

கண்ணாடி முன்னால் நின்றுகொண்டு தன்னைப் பார்த்துக் கொண்டாள்.

கற்றை கற்றையாக நரைமுடி இடுப்புவரை தொங்கிய கூந்தலில். மெல்லிய கம்பிக் கண்ணாடி. அம்மா அவளுக்காக விட்டுச் சென்ற கமலத் தோடும் சிறிய முகப்பு பதித்த இரட்டை வடச் சங்கிலியும். தேய்ந்துபோன மெல்லிய இரு பட்டை

வளையல்களும். சற்றே எடுப்பான முன் பற்கள். கறுப்பு. நாகப்பழக் கறுப்பு.

இரவு விளக்கு மட்டும் போட்ட அறையில் வெளியில் இருந்து விழும் விளக்கொளி கலந்து அவள் கண்ணாடிப் பிரதிபலிப்பை அமானுஷ்யமான ஒன்றாகக் காட்டியது. அது அவள்தானா? மாதா மாதம் ரத்தத்தை வெளியேற்றிய, சமைத்த, சமைக்காத, உறையவைத்த உணவுகளை உண்டு, செரித்து, நிதமும் மலம், மூத்திரம், அபான வாயுவை வெளியேற்றும் அவள் உடலா எதிரே தெரிவது? நின்று குளிக்கும்போது மேலே ஊற்றிக்கொள்ளும் தண்ணீர் முலைகளின் மேட்டி லிருந்து வழிந்து, வயிற்றில் ஓடிக் கீழே தொடைகள் இடையே ஓடிக் குறுகுறுத்துத் தரையில் விழும் அனுபவத்தைத் தரும் உடலா இது? அதனுள்ளா அவள்?

முன்பு ஒருமுறையும் இப்படித் தன்னை வெகுநேரம் பார்த்துக்கொண்டு நின்றாள். ஃப்ராங்க்ஃபர்ட் விமான நிலையத்தின் கழிப்பறைக் கூடம் ஒன்றில். பல ஆண்டுகளுக்கு முன்பு அது.

அவளுக்கும் அவனுக்கும் ஒரே சமயத்தில் வெளிநாடு சென்று கள ஆய்வுக்கு நிதிநல்கை கிடைத்தது. அவனுக்கு ஜெர்மனிக்கும் அவளுக்கு ஆஸ்திரியாவுக்கும். இடையே பாரீஸில் நான்கு நாட்கள் தங்கிச் செல்லத் தீர்மானித்தார்கள்.

ஐஃபல் கோபுரத்தின் உச்சி. கீழே ஒரு ஜாஜ்வல்யமான இரவில் ஒளிரும் நகரம். மேலே நிலவு. ஒளிர்ந்த விளக்குகள் போடப்பட்ட படகுகள் நகர்ந்ததாலேயே ஆறு ஒன்று இருப்பது தெரியவரும் கரிய இரவில் மறைந்த ஆறு. குளிர். நல்ல குளிர். அவளுக்கு உடல் நடுங்கியது. தன் பெரிய கம்பளிக்கோட்டின் பித்தான்களைப் பிரித்து அவளைத் தன் மார்பில் ஒடுக்கிக் கொண்டு தன் கோட்டால் அவளை மூடினான்.

'அணில் குஞ்சு மாதிரி இருக்கியே...' என்றான். அவள் தலைநிமிர்ந்தபோதுதான் அந்தச் சூடான முதல் முத்தம். குகை ஒன்றில் நுழைவதுபோல் துழாவித் துழாவி, மீண்டும் துழாவிய நீண்ட முத்தம்.

'இப்படியே இருக்கலாம்போல இல்ல?' என்றான். 'ஹூம்' என்றாள் மேலும் மேலும் முட்டி முட்டி அவனை முத்தமிட்ட படி.

விலகி, கம்பிக்கிராதிமேல் சாய்ந்துகொண்டு சிரித்தான்.

அன்றிரவு அவன் அறையில் கழிந்தது. அடுத்து வந்த இரவுகளும். போதை ஏறியவர்கள்போல் இருவரும் அவரவர்

உடலையும் அடுத்தவர் உடலையும் தொட்டுத் தடவி, முகர்ந்து, ஆக்கிரமித்து, விடுவித்து, முயன்று, தோற்று, மீண்டும் முயன்று, வென்றார்கள். தோற்றபோது சிரித்தும் வென்றபோது 'ஓ'வென்று கூவியும் விளையாடினார்கள். சன்னலுக்கு வெளியே நிலவும் அவர்களுடன் புரண்டபடி.

நான்கு மாதங்களுக்குப் பின் அவள் திரும்பினாள். அவனுக்கு இன்னும் இரண்டு மாதங்களுக்கான கூடிய நிதிநல்கை கிடைத்திருந்தது.

இடையே ஃப்ராங்க்ஃபர்ட்டில் ஆறுமணி நேரக் காத்திருப்பின்போது சந்திக்கத் திட்டம்.

அவனைப் பார்த்தவுடன் மெல்ல ஓடிவந்தாள்.

அவளை அணைத்தபடி, 'ஆஸ்திரியாவில் உன் பொழுது நல்லாப் போயிருக்கும்போல. முன்னப் போல ரொம்ப ஒல்லியா இல்ல' எனக் கூறினான்.

உணவகம் ஒன்றில் உட்கார்ந்ததும், 'அது என்ன பெரிய ஆச்சரியச் செய்தி? ஃபோனில் சொன்னாயே?' எனக் கேட்டான்.

'முதல்ல ஐஸ்க்ரீம் சாப்பிடலாம்' என்றாள் அவனை நோக்கிப் புன்னகைத்தபடி.

எழுந்துபோய் வாங்கிவந்தான். கண்ணாடிப் படகு போன்ற பெரிய கிண்ணத்தில் வாழைப்பழத்தை நீளமாக வெட்டிப் போட்டு அதன் மேலே சாக்கலேட், ஸ்ட்ராபெரி, வெனில்லா ஐஸ்க்ரீம் உருண்டைகளை வைத்தது.

'சொல்லு' என்றான்.

'ஹேய், நீ அப்பாவாகப் போறே' என்றாள். சொல்லி விட்டு ஐஸ்க்ரீமை அவன் வாயில் திணித்துவிட்டுச் சிரித்தாள்.

'விளையாடாதே' என்றான் வாயைத் துடைத்துக்கொண்டு.

'ஹேய், விளையாடல. நிஜம். நிஜம். நிஜம்.' என்றாள். கண்கள் பளபளவென்று மின்னின எதிரே தெரிந்த கண்ணாடி யில்.

அவன் முகம் வெளிறியது.

'நான் இதை எதிர்பார்க்கலை' என்றான்.

'இதில கவலைப்பட என்ன இருக்கு?"

'நான் வர இன்னும் ரெண்டு மாசமாகும்.'

'அதுக்கென்ன? நீ வந்த பிறகு எல்லாம் செய்யலாம்.'

'எல்லாம்னா?'

'எல்லாம்தான். என் அம்மா, உன் அம்மாகிட்ட சொல்லணும். அவங்களை வரவழைக்கணும். ரிஜிஸ்தர் செய்ய ஒரு நாள் பார்க்கணும்.'

'அது முடியாது சகு.'

'ரிஜிஸ்தர் செய்வதா? சடங்குல நம்பிக்கை இருக்கா உனக்கு?'

'இல்ல. கல்யாணத்துலயும் இல்ல.'

'கல்யாணம் பண்ணிக்காம சேர்ந்திருக்கலாம்னு சொல்றியா? உங்கம்மா ஏத்துப்பாங்களா?'

'சேர்ந்தும் இருக்க விருப்பமில்ல. நீ ஜாக்கிரதையா இருப்பேன்னு நினைச்சேன்.'

'இப்ப நீ விளையாடறே விச்வா.'

'இல்ல, இல்ல. நான் இப்ப இதுக்குத் தயாராயில்ல. அதைப் பத்தி எல்லாம் நான் நினைக்கக்கூட இல்ல.'

'எப்பவும் இப்படியே இருக்கலாம்போல இருக்குன்னியே?'

'எவ்வளவோ சொல்றதுதான். நாம ரெண்டு பேரும் எவ்வளவோ சொன்னோம். செய்தோம்.'

'பொறுப்புன்னுட்டு ஒண்ணு இருக்கு விச்வா.'

'அது பத்திப் பேசினமா?'

'அப்பப் பேசலை. ஆனா இப்பப் பேசலாம்.'

'என்னால இந்தப் பொறுப்பை ஏற்க முடியாது.'

'அதுதான் ஏன்னு கேட்கறேன்.'

'பாரு சகு. நாம சேர்ந்து இருந்தது ஒரு சந்தர்ப்பவசமான விஷயம்தான். சில சமயம் அப்படி நேர்ந்துபோயிடறதுதான். எதிர்பாராம சில விஷயங்கள் நடந்திடுது. நெருங்கிப் பழகின ஒவ்வொரு பெண்ணையும் கல்யாணம் செய்துக்க முடியுமா?'

ஆமாம். அவளுடன் மட்டும்தான் அவன் நெருங்கியிருந்தான் என அவள் ஏன் நினைத்தாள்?

ஐஸ்க்ரீம் உருகிக்கொண்டிருந்தது.

அவன் குரல் சற்று உரக்க ஒலித்தது.

'நான் உன்னைக் கல்யாணம் செய்துப்பேன்னு எதிர்பார்த்தியா? உன்னை நீ கண்ணாடியில பார்த்துண்டா?'

திடீரெனக் குளிர் காற்று அடித்ததுபோல் அவள் வெடவெடத்தாள்.

அவள் பலர் முன்னிலையில் அவனை ஒரு நாடக நிகழ்வில் இழுப்பதுபோல் தோன்றியதோ என்னவோ அவன் எழுந்து போய்விட்டான்.

அவள் விமானம் கிளம்ப இன்னும் மூன்று மணிநேரம் இருந்தது.

அவள் மெல்ல எழுந்து கழிவறைக் கூட்டுக்குப் போனாள். ஒருவரும் இருக்கவில்லை. கண்ணாடியின் முன்னால் நின்று தன்னைப் பார்த்துக்கொண்டாள்.

நாகப்பழக் கறுப்பு. சற்றே எடுப்பான முன் பற்கள். அழகில்லை அவள். மெல்லக் கம்பளிக்கோட்டைக் கழற்றினாள். ஆஸ்திரியா சென்றபின் அவள் அணிய ஆரம்பித்திருந்த பான்டும், ஷர்ட்டும் உடலை நன்றாக மறைத்தன. கீழ் வயிற்றை நோக்கினாள். எப்போதும் போலத் தெரிந்தது. ஆனால் உள்ளே நீர் சலசலப்பதுபோல் ஓர் உணர்வு.

தன்னையே பார்த்துக்கொண்டு நின்றாள் வெகுநேரம். கண்ணீர் பெருகியபடி இருந்தது. உள்ளே நுழைந்த சற்றே வயதான ஒரு பெண்மணி அவளை வெறிக்கப் பார்த்து, 'ஆர் யூ ஓகே?' எனக் கேட்டாள்.

ooo

டில்லியிலும் நல்ல குளிர். நல்ல வேளை. கம்பளிக்கோட்டினுள் தன்னை நன்றாக மறைத்துக்கொண்டாள்.

நாள் செல்லச் செல்ல மனம் பதைத்தது. சுற்றிலும் இருந்த நண்பர் வட்டத்தில் யாரிடம் சொல்வது? யாரைக் கேட்பது உதவ? அவளுடன் சகஜமாகப் பழகினார்கள் எல்லோரும். சற்று அதிகப்படி அக்கறை காட்டிப் பழகியவன் எப்போதும் அருள்தான். அவளிடம் என்றில்லை. அது அவன் சுபாவம்.

கேன்டீனில் ஒரு நாள் அவனிடம் கேட்டாள்.

'அருள், எனக்கு நீ ஒரு உதவி செய்ய முடியுமா?'

'சொல்லு சகு.'

'இதை நீ யார்கிட்டயும் சொல்லக் கூடாது. உன்னை நம்பலாமா?'

குரல் நடுங்கியது.

'என்ன விஷயம் சகு? எதுவானாலும் சொல்லு.'

'நான் ப்ரெக்னென்டா இருக்கேன்.'

சற்று அதிர்ந்து போனான்.

'விச்வாவா?' என்றான்.

'உம்.'

'என்ன ஆச்சு சகு?'

பாரீஸ் பற்றியும் ஃப்ராங்க்ஃபர்ட்டில் நடந்ததைப் பற்றியும் சொன்னாள்.

ஏதோ முணுமுணுத்தான்.

'அஞ்சு மாசம் முடியப்போகுது அருள்.'

யோசித்தான்.

இரண்டு நாட்களில் அவன் துறைத் தலைவரான பேராசிரியை பிரமீளா பட்கரிடம் அழைத்துப் போனான்.

விவரங்களைக் கேட்டுவிட்டு, 'அவன்கிட்ட நான் பேசவா? தொடர்பு எண் உண்டா?' என்றாள்.

'இல்லை மேடம். பேச வேண்டாம்.'

'உன் தீர்மானம் என்ன?'

அவளால் இதை வெளியே கொண்டுவர முடியாது. அவள் அம்மா உடைந்துவிடுவாள். அவள் வாழ்க்கை முடிந்துவிடும்.

இரண்டு நாட்களுக்குப் பிறகு பேராசிரியை அவளிடம் 'பூனா போக முடியுமா?' என்றாள். பூனாவில் யாரையும் தெரியாது. ஆனால் மும்பாய் அருகே அது. எல்லாம் ரகசியமாக நடக்கும் என்றாள் பிரமீளா. அவள் தோழியாம். அவளுக்காக இதைச் செய்ய ஒப்புக்கொண்டாளாம். கையில் போக வரப் பயணத்துக்கு விமான டிக்கெட்டைத் தந்தாள். மற்ற செலவுகளுக்கான பணத்தையும் தந்தாள். 'இது கடன்தான். கவலைப்படாதே. எப்போது முடியுமோ அப்போது திருப்பித் தா. தைரியமாக இரு' என்றாள்.

அருள் விமான நிலையம்வரை வந்தான் அவளை வழியனுப்ப.

ooo

டாக்டர் உஜ்வலா பவார் அவளைப் பரிசோதித்துவிட்டு, நிதானமாக, மென் குரலில் விளக்கினாள் ஆங்கிலத்தில்:

அவள் வயிற்றில் இரட்டைக் குழந்தைகள். ஐந்து மாதம் முடிந்த நிலையில் கண், மூக்கு, வாய், கை, கால், பால்குறிகள் எல்லாம் முற்றிலும் உருவாகிவிடுகின்றன. இந்த நிலையில்

ஒலி, ஒளி, தொடுகை இவற்றுக்குக் கருவிலிருக்கும் குழந்தை எதிர்வினையாற்றும். அம்மாவின் குரலை அடையாளம் கண்டு கொள்ளும். இசையை உள்வாங்கும். தலையிலிருந்து பின்பாகம் வரைதான் அளக்க முடியும் குழந்தையை. ஏழு அங்குலம் இருக்கும். கால்கள் மடங்கியிருப்பதால் கால்வரை அளக்க முடியாது. கால்வரை அளப்பதாக எடுத்துக்கொண்டால் பதினொரு அங்குலம் இருக்கும் ஐந்து மாதத்தில். ஆறு முதல் பத்து அவுன்ஸ் எடை இருக்கும். ஒரு பெரிய வாழைப்பழம் போல் இருக்கும். இரட்டைக் குழந்தைகளாக இருப்பதால் இரண்டின் எடையும் சிறிது குறைந்திருக்கலாம்.

இசையை உள்வாங்குமா? ஒரு நாள் இரவு யாரோ எதோ பாட்டைப் போட்டபோது வயிற்றில் மீன் வழுக்குவதைப் போல் புரளல் இருந்ததே? இதுதானா?

'சுகந்தி, இன்னும் ஏதாவது கேட்க வேண்டுமா?'

'இல்லை.'

'நாளை விடிவதற்குக் கொஞ்சம் முன்னால் வைத்துக் கொள்ளலாமா? அமைதியாக இருக்கும்.'

'சரி.'

'பிரமீளாவுக்காக இதைச் செய்கிறேன். உன் எதிர்காலத் துக்காகச் செய்கிறேன். இது என் சொந்த நர்சிங்ஹோம்தான். பின்னால் தோட்டத்தில் மூலையில்தான் என் வீடு. எந்த வகையிலும் வெளியே தெரியாது. பயப்படாதே.'

'வலிக்குமா?'

'வலிக்காதபடி செய்கிறேன்.'

'எனக்கில்லை.'

'முடிந்தவரை மூன்று பேருக்கும் வலிக்காதபடி பார்த்துக் கொள்கிறேன்.'

○○○

வெள்ளீயம் பூசிய இரண்டு வட்டில்களில் வைத்திருந்தார் கள். வற்புறுத்தி அவள் கேட்டதும் கொண்டுவந்தார்கள். ரத்தம் பூசப்பட்ட சின்னஞ்சிறு உடல்கள். கண்கள் மூடியிருந்தன. கைகள் மடங்கி, கால்கள் மடிக்கப்பட்டு. குருதி நாளங்கள் ஓடின வழவழவென்ற உடலெங்கும். வழுக்கைத் தலையுடன் இன்னும் வளரவிருந்த பல உள் அங்கங்களுடன் அறுக்கப்படாத தொப்புள்கொடிகள் நீண்டு சுருண்டிருக்க. ஆண் குழந்தைகள்.

பாரீஸில் ஓரிரவு அவன் உறங்கியபின் அவள் நினைத்தாள். குழந்தைகள் பிறந்தால் எவ்வளவு ஆனந்தம்! பெண் குழந்தை யானால் மேகா. எளிதில் மேலெழும்பி மலையைத் தொடுபவள். பஞ்சாகப் பறந்தாலும் மலையை மோதக்கூடியவள். ஆண் குழந்தைக்குப் பெயர் மேரு. மலைபோல் உறுதியாக இருக்க. உயர்ந்திருக்க.

எதிரே வட்டில்களில் வளராமல் சிதைக்கப்பட்ட இரு உடல்கள். ஒருவன் மேரு. இன்னொருவன் முகில்.

'மேரு, முகில், அம்மாவுக்கு வேற வழி இல்லை. அம்மாவால இந்தப் பொறுப்பை ஏற்க முடியல. மன்னிச்சிடுங்கடா' என்றாள். ரத்தக்கறை படிந்த உடல்களைத் தடவினாள்.

டாக்டரிடம் அவை எப்படி அகற்றப்படும் எனக் கேட்டாள்.

'மற்ற கழிவுப் பொருட்களுடன் . . .'

'ப்ளீஸ் . . .' என்றாள்.

முற்றிலும் விடியாத வேளையில் உஜ்வலாவின் ஆஸ்பத்திரி வளாகத்தின் பின்பக்கத் தோட்டத்தின் கோடியில் இருந்த மாமரத்தின் கீழ் ஒரு பெரிய குழி வெட்டப்பட்டது. வெள்ளைத் துணியில் சுருட்டப்பட்ட உருவாகாத உடலங்கள் அதில் இடப்பட்டன.

அவள் டில்லி திரும்பினாள்.

விமான நிலையத்துக்கு வந்த அருளிடம் கூறினாள்: இரட்டைக் குழந்தைகள், அருள். மேரு, முகில்.

ooo

அவனிடமிருந்து பணம் வந்தது பிறகு. கருக்கலைப்புச் செலவுக்கு. அவனாலும் பொறுப்பை ஏற்க முடியும் என்னும் குறிப்புடன். இரண்டு மாதங்கள் கழித்து வந்தான். அவளுடன் பேச முற்படவில்லை. எல்லோரும் இருந்தபோது மட்டுமே பொதுவாகப் பேசினான்.

ஒரு பின்மாலையில் வாசகசாலையில் சஹானாவை முனகியபடி படித்துக்கொண்டிருந்த அவனிடம் வந்து, 'கொஞ்சம் வெளில வர முடியுமா?' என்றாள்.

'நான் அது பத்திப் பேசத் தயாராயில்லை.'

'இது அது பத்திப் பேச இல்லை' என்றாள்.

வெளியே பசும் புல் தரையில் யாருமில்லை. அது எல்லோரும் இரண்டாவதுமுறை தேநீர் பருகப் போகும் நேரம். மங்கலான நிலவு.

புல்வெளியின் நடுவே அவன் வந்ததும் அவன் எதிர் பாராத தருணத்தில் காலிலிருந்த செருப்பைக் கழற்றி அவனைப் பாய்ந்து பாய்ந்து அடித்தாள். அவன் தடுத்துக்கொள்வதற்கு முன்னால் முகம், முதுகு, தொடை, தலை எனமாறி மாறி அடி விழுந்தது. இடுப்பில் சொருகி இருந்த பணத்தை அவன் மேல் வீசிவிட்டு மீண்டும் அடித்தாள். 'பாட்டுக்குப் புரண்டுடா அது ரெண்டும்! உன் நிறமும் இல்லாமல் என் நிறமும் இல்லாமல் ரத்தச் சதையாய் இருந்ததுடா! கண், காது, கை, கால் எல்லாம் இருந்ததுடா!' ஒவ்வொரு சொல்லையும் அழுத்தி அழுத்திச் சொல்லிச் செருப்பால் அடித்தாள்.

'என்னால் திருப்பி அடிக்க முடியாதா?' என்று அவன் கத்தியபோது, தூரத்தே நின்றுகொண்டிருந்த அருள் அருகே வந்து, சினத்தால் நடுங்கிக்கொண்டிருந்த அவளை வலுக்கட்டாயமாய் அழைத்துப்போனான்.

ooo

இரண்டொரு வாரங்களுக்குப் பின் அந்தக் கடிதம் வந்தது விச்வாவின் அம்மாவிடமிருந்து.

'என்னிடமிருந்து கடிதத்தை எதிர்பார்த்திருக்கமாட்டாய். அருள் எனக்கு விவரங்களைக் கூறினான். உனக்குத் தெரியாமல் இருக்கலாம். அருள் என் மாணவன். அவன் செய்த தவறு முதலிலேயே என்னிடம் கூறாததுதான். நான் இதை உன்னுடன் இணைந்து வேறுவகையில் எதிர்கொண்டிருப்பேன். ஒவ்வொரு குழந்தைக்கும் தேவை பெயர் தர ஓர் அப்பன் அல்ல. அதை அன்புடன் வரவேற்பவர்கள்தான். நீ எடுத்த முடிவு தவறு என நான் சொல்லவில்லை. அந்த முடிவை எடுக்காமல் இருப்பதற்கான சாத்தியக்கூறுகளையும் எடுக்க வேண்டுமென்றால் அதற்கான ஆதரவையும் நான் தந்திருக்க முடியும் என்றுதான் சொல்கிறேன்.

'சகு, நிறைய வலியையும் வேதனையையும் அனுபவித்து விட்டாய். நீ விச்வாவைச் செருப்பால் அடித்தாயாம். நல்ல காரியம் செய்தாய். விச்வாவைப் போன்ற கலைஞன் இப்படி இருக்க முடியுமா எனக் கேட்டாயாம் அருளிடம். கலையும் கலைஞர்களும் வேறு வேறு. கலையால் கலைஞரா, கலைஞரால் கலையா என்னும் விவாதம் முடிவு பெறாத ஒன்று. என்னை அனாதரவாய்விட்ட விச்வாவின் அப்பா கலைகளை ஆதரித்து பிரசித்தி பெற்ற குடும்பத்திலிருந்து வந்தவன்தான். வீட்டுக்குள் பாட்டின் முணுமுணுப்புகூடக் கேட்கக் கூடாது என்று எனக்குக் கட்டளை. பெண்கள் சத்தம் கேட்கக் கூடாதாம்

அவர்கள் வீட்டில். கையில் குழந்தையுடன் என்னைத் துரத்திய அவன் வளர்ந்துகொண்டிருந்த ஒரு பாடகிக்கு ஆதரவாய் இருந்தான். பிறகு, அவள் இசைக் குடும்பத்திலிருந்து அவளைப் பிரித்து, அவள் கலை வாழ்க்கை உயரக் காரணமாயிருந்தான். புகழின் உச்சிக்கு அவளைக் கூட்டிப் போனான். அவன் கிறிய கோட்டை அவள் தாண்டவில்லை. இப்போதும் தாண்டுவ தில்லை. அவனைக் கொண்டாடுகிறார்கள்.

'அவனை விட்டுவிட்டு வந்ததும் நான் உச்சஸ்தாயியில் விடாமல் பைத்தியம் மாதிரிப் பாடினேன். தொண்டை கட்டிக் கொண்டு எச்சிலில் ரத்தம் வரும்வரை அப்படிக் கத்திக் கத்திப் பாடினேன்.

'அவனால் வளர்ந்த அந்தப் பாடகியை அகஸ்மாத்தாக எங்கள் கல்லூரி நிகழ்ச்சி ஒன்றில் பார்த்தேன். கூட அவன் இல்லை. ஆசிரியர்கள் அறிமுகப்படுத்தப்பட்டபோது என்னைப் பார்த்த அவள் என்னை அடையாளம் கண்டுகொண்டாள். அருகில் வந்து, 'நீ பறந்துட்டே. நான் இன்னும் கூண்டில்' என்றாள் கிசுகிசுப்பாக. அன்று அவள் "தூண்டிற் புழுவினைப் போல்" பாட்டின் ஆரம்ப வரிகளை மட்டும் பாடினாள் காதல் பாட்டாக இல்லாமல் சோகப் பாட்டாக.

'அவளும் உன்னைப் போல் அனுபவத்தை அடைந்தாள் என்கிறார்கள். மூன்றுமுறை அது நடந்ததாம். புதுப்புது ராகங் களையும் புதுப் பாடல்களையும் பாட அவளை ஊக்குவித்தவன் தான் இதையும் செய்யத் தூண்டினான்.

'அதனால் எல்லாவற்றையும் பிரி சகு. கலை-கலைஞர், இரவு-நிலவு, பகல்-சூரியன், ஒலி-இசை எல்லாவற்றையும் பிரி. எதற்குள் எது எனத் தெரியாமல் கலந்துகிடக்கும் அதைப் பிரிக்கும்போது அவை ஒட்டியும் ஒட்டாமலும் இருப்பது தெரியும். பெண்-தாய்மை இதையும் பிரி. ஆமாம், அதையும். அவை பிரிக்க முடியாமல் இணைந்தவை என்னும் பிரமை இருக்கிறது. அதை உடை. அப்போதுதான் யதார்த்தத்தையும் தற்செயல் நிகழ்வையும் பிரிக்க முடியும். அனுபவத்தையும் வலியையும் பிரிக்க முடியும். இரண்டுக்கும் வேறு வேறு இலக்கணங்கள்.

'பீம்ஸேன் ஜோஷியின் பசவண்ணாவின் வசனம் கேட்ட இரவு அதற்குப் பிறகு வீட்டுக்கு வந்தபோது, நீ என்னுடன் பேசியது நினைவிருக்கிறதா? உன் வாழ்க்கையிலும் நிலவு வந்தபடி இருக்கிறது என்றாய். நீகூட நிலவின் கிரணங்களை உண்ணும் சகோரப் பறவை என்றாய். நிலாமுகி நீ என்றாய்.

ஒரு கறுப்புச் சிலந்தியுடன் ஓர் இரவு

நீ கூறும் நிலவு யார் என்பதை நான் யூகித்துக்கொண்டேன். சகு, சகோரப் பறவை நிலவின் கிரணங்களை உண்கிறது. அமாவாசை அன்று அது பசித்திருப்பதில்லை. நிலவின் கிரணங்களை உண்பதால் ஜீவித்திருப்பதுபோல் பாவனை செய்தாலும் அதற்கான உணவு அதனுள்தான். குளத்தில் இருக்கும் வரை தான் சூரியனின் கிரணங்கள் தாமரையை மலர்த்தும். குளம் வற்றிவிட்டால் அதே சூரியன் அதைப் பொசுக்கிவிடும். கௌசல்யா கூறுகிறாள் இதை, துளசி ராமாயணத்தில் ஓரிடத்தில்.

'இது உன் உடல் சகு. உனக்கானது. உன் வானமும் உன் நிலவும் உன் உடலில்தான். வெளியே இல்லை. அதில் நீ உருவாக்கலாம். அழிக்கலாம். சந்தர்ப்பங்களைப் பொறுத்து. அத்தனை நாடகங்களும் உடலுக்குள்தான். உடலால்தான். நீ விரும்பும் பசவண்ணா உடலையே வாத்தியமாக்கி, தலையை வாத்தியத்தின் குடமாக்கி, நரம்புகளை வாத்தியத்தின் தந்திகளாக்கினார். அதைப் பெண்ணாக்கினார். ஆணாக்கினார். உடலை நீ எப்படியும் வனையலாம். நீதான் வனைபவள். வேறு எவரும் அல்ல. அதனால் உண்டாகும் இன்பம், வலி, வேதனை, உபாதை, வாதை இவற்றில் எது பெரிது, எது சிறிது எனச் சொல்ல முடியாது. ஒரு கட்டத்தில் பிரிக்க முடியாமல் அளவைகள் கலந்துபோகின்றன. ஆனால் முதலில் அவற்றின் தனி இலக்கணங்களைப் புரிந்துகொள்ள வேண்டும். பிறகுதான் பிரிவுகளை உள்ளடக்கிய கலப்பு. அங்கங்கு பல கதிகளில் ஓடிய பிறகுதான் தாளம் சமத்துக்கு வரும்.

'உடலைப் புரிந்துகொள் சகு. உன்னைப் புரிந்துகொள்வாய். உலகையும்.

'விச்வாவை நீ மன்னிக்க வேண்டும் என்பதற்காக இதை எழுதவில்லை. விச்வாவை மீறி உன் வாழ்வு இருக்க எழுதுகிறேன். உன்னைவிட வயதில் பெரிய சிநேகிதியாய் என்னை ஏற்றுக்கொள்வாயா?

'இன்னும் சில வருடங்களில் கோயமுத்தூரில் உள்ள ஓய்வு பெற்றவர்களுக்கான பெரிய குடியிருப்பில்போய் இருக்கப்போகிறேன். நீ அங்கு வர வேண்டும் என்னைப் பார்க்க. உன் அம்மாவையும் நான் அழைத்தேன் என்று சொல். – உன் பாகீரதி.'

சொன்னபடி செய்தாள். அம்மாவைப் பல ஆண்டுகள் தன்னுடன் வைத்துக்கொண்டாள் தன் உறவாய். அம்மாவின் கடைசித் தருணங்களில் அவளுடன் இருந்தாள். சில ஆண்டுகள் முன்புதான் மறைந்தாள். தன் சொத்தில் ஒரு பெரும் பங்கை

அம்பை

அவள் சுகந்தி என்னும் தோழிக்கு விட்டுச்சென்றபோது அது யார் எனத் தெரியாமல் வெளிநாட்டிலிருந்து தன் மனைவியுடன் வந்த விச்வா குழம்பினான் என்றார்கள் அவள் வக்கீல்கள்.

ooo

கொத்துக் கொத்தான இலைகளுடன்கூடிய மரத்தில் கிளைகளினூடே தெரிந்தது நிலவு. பக்கத்திலேயே நின்ற மொட்டை மரத்தின் வெளேரென்ற கொம்புக் கிளைகளூடும். ஒரு பக்கத்தில் பச்சை இலைகளில் புகுந்தபடி. நகர்ந்து பார்த்தால் மொட்டைக் கிளைகளைப் போர்த்தியபடி. எங்கும் இருப்பது அது. நினைத்தால் உள்ளே. நினைத்தால் வெளியே. மறைந்தபடியும் தோன்றியபடியும். தொட்டி நீரில் மிதந்தபடி. ஓடும் ஆற்றில் குளித்தபடி. கடலில் இழை இழையாய்ப் பிரிந்தபடி. எங்கோ ஒரு மாமரத்திலும் அதன் கிரணங்கள் பரவும். அதன் கீழ் உள்ள மண்ணையும் மண்ணின் ஆழத்தையும்கூட அவை எட்டும்.

ooo

அறையில் விளக்கைப் போட்டாள்.

வெளியே அரவம் கேட்டது. கதவைத் திறந்தாள்.

அந்தப் பெண் படியருகே அமர்ந்து அந்தப் பையனின் காலில் எண்ணெய் தேய்த்தபடி இருந்தாள். இவளும் சென்று படியில் அமர்ந்தாள்.

'அந்த எண்ணையைத் தா' எனக் கேட்டாள்.

தன் மடியில் இருந்த துண்டை இவள் மடியில் விரித்தாள் அந்தப் பெண். எண்ணெய்க் குப்பியைக் கையில் தந்தாள். பையன் சற்றுத் தடுமாறி நின்று அவள் இருந்த படிக்குத் தாவினான். உட்கார்ந்துகொண்டு, இரண்டு கைகளையும் பின்னால் ஊன்றிக்கொண்டு சாய்ந்து, உரிமையுடன் கால்களை இவள் மடியில் போட்டான்.

அவன் கால்களைப் பிடித்துக்கொண்டு அழுத்தித் தேய்த்தாள் எண்ணெயை.

'அஜ்ஜீ...' என்று கூப்பிட்டுச் சிரித்தான்.

சமத்துக்கு வந்தது தாளம்.

ooo

பயணம் 15

சென்னை போகும் ரயில் கூட்டம் மோதிய ரயிலடியில் நுழைந்தது.

ஒரு மொத்தப் பெட்டியில் பாதியை அவர்கள் பதிந்திருந்ததால் பதற்றப்படாமல் நின்றார்கள். காமாட்சி அவளைப் பார்த்துச் சிரித்தாள். முகத்தில் உவகை பொங்கியது. எத்தனை ஆண்டுகளின் சாதனை அது! எத்தனை முறுக்குகள், தட்டைகள், லட்டுகள், பணியாரங்கள் அவள் செய்திருப்பாள் இந்தக் கணம் நேர்வதற்கு?

மும்பாயில் இருந்த தென்னிந்தியக் குடும்பங்களுக்குக் காமாட்சி கடவுள் தந்த வரம். பண்டிகை, காது குத்தல், மொட்டை போடல், சற்று ரகசிய மாகச் செய்யும் திரண்டு குளி, திவசம், பிறப்பு, இறப்பு என எந்த நிகழ்வானாலும் காமாட்சி தன் சின்ன உதவிக் குழுவுடன் ஆஜராகிவிடுவாள். ஒன்பது கஜம் புடவை கட்டத் தெரியாவிட்டால் கட்டியும் விட்டுவிடுவாள். அவள் கணவர் சர்க்கார் அலுவலகம் ஒன்றில் குமாஸ்தாவாக இருந்தார். அப்படியேதான் இருப்பார், மேலே வர வழியில்லை எனப் புரிந்துகொண்டதும் காமாட்சி சமையல் வேலையை ஆரம்பித்தாள்.

தேங்காயை அரைத்துப் போடும் பாலக்காட்டுச் சமையல். எதற்கும் குருவாயூரப்பனைக் கூப்பிடு வாள். ப்ரெஷர் குக்கரை ஏற்றிவைத்தவுடன் குருவாயூரப்பனுக்கு சம்மன் அனுப்பிவிடுவாள். பெரிய நிகழ்வுகள் என்றில்லை, யாருக்காவது உடம்பு முடியாமல் போனால் நாலைந்து நாட்கள்

சீரக ரசமும் பருப்புத் துவையலும் சுட்ட அப்பளமும் சாப்பிட மனம் ஏங்கினால் காமாட்சிக்குச் சொன்னால் போதும், அவள் டப்பா சர்வீஸ் மூலம் அனுப்பிவிடுவாள். சாப்பாட்டுக்கு ஐம்பது ரூபாய்.

தஞ்சாவூர்க்காரர்களும் குற்றம் சொல்லாதபடி சமைத்து விடுவாள். 'தேங்காயை அரைச்சுக் கொட்டாதே காமாட்சி' என்றவுடன், 'மாமி, நீங்க யாருன்னு தெரியாதா? திருவிடை மருதூர்ல இருக்கற மாதிரி நீங்க நினைச்சுக்கோங்கோ. அப்படியே சமைப்பேன்' என்பாள்.

எல்லாவற்றுக்கும் அவள் போட்ட நிபந்தனை ஒன்றுதான். அவள் குழுவில் தமிழ்நாட்டவரும் இருப்பார்கள், மராட்டிக் காரர்களும் இருப்பார்கள், குஜராத்திக்காரர்களும் இருப்பார் கள். இளம் பெண்களும் இருப்பார்கள். விதவைகளும் இருப்பார் கள். யாருடைய சாதியையும் கேட்கக் கூடாது என்பாள். அதிகப்படி ஆசாரம் பார்க்கிறவர்கள் ரகசியமாகத்தான் காமாட்சியின் சாப்பாட்டைச் சாப்பிட முடியும். கோலிவாடா வின் மீனவப் பெண்களுடன் அவளுக்கு உறவு உண்டு. சமயத்தில் அவர்கள் வீட்டுக்கும் போய்ச் சமைப்பதுமுண்டு. 'மீன் சமைத்துப் போட்டாயாமே காமாட்சி?' என யாராவது கேட்டால், 'ஆமாம் மாமி, பகவான் மத்ஸ்ய அவதாரம் எடுக்கலியா? அதைவிடப் பெரிய நைவேத்யம் உண்டா?' என்பாள். பாலக்காட்டுக்காரியிடம் யார் வாய் கொடுக்க முடியும் என்று விலகிவிடுவார்கள்.

அவள் வாழ்ந்த மும்பாயின் ஒற்றை அறைப் பகுதியிலும் அருகே இருந்த குடிசைப் பகுதியிலும் காமாட்சி மௌசி, காமாட்சி காக்கி, காமாட்சி மாமிதான் எல்லாவற்றுக்கும். மதிய வகுப்பு உள்ள மாணவர்கள் மூலம் காலையில் மெத்தென்ற இட்லியும் மொறுமொறு வடையும் சட்னி சாம்பாருடன் ஸப்ளை செய்துவிடுவாள். மாலையில் அதேபோல் எண்ணை யில் சிவக்க வறுத்த உருளைக்கிழங்கு போட்ட அவல் தயிருடன் அல்லது பருப்பு வடை சட்னியுடன். நிமிடத்தில் காலியாகி விடும். அந்தக் குடிசைப் பகுதியிலும் அவள் குடியிருப்பிலும் யாராவது குழந்தைக்குப் பிறந்தநாள் என்றால் அவர்கள் பெரிய பேக்கரிகளுக்குப் போய் விலை பிடித்த கேக்குகள் வாங்க முடியவில்லையே என வருந்த வேண்டாம். காமாட்சி அழகான கேக் செய்து குழந்தையின் பெயரைப் போட்டு அனுப்பி விடுவாள். அவள் திருவல்லாவிலிருந்து வந்த ஸிரியன் கிறித்துவக் குடும்பத்தினருடன் பழகியவள். கேக்கும் கிறிஸ்மஸ் பணியாரங் களும் அவர்களுடன் செய்வாள். அவர்களும் காமாட்சியுடன் ஓணம் கொண்டாடுவார்கள். ஓண ஸத்தி சாப்பிடுவார்கள்.

அவள் மகள் அருணாவின் டீச்சர் இவள் கல்லூரியில். அதனால்தான் இப்படி ரயிலடியில் அவர்களுடன் நின்று கொண்டிருந்தாள். அருணாவுக்குச் சென்னையில் திருமணம். ஒரு கம்பெனியில் வேலை செய்தாள் அருணா. ஐந்து வருடங் களாக. அவள் சம்பளத்தையெல்லாம் வங்கியில் போட்டு சேமித்துப் பார்த்துப் பார்த்துத் தீர்மானித்த திருமணம். பாலக்காட்டுக்குள் பாலக்காடாக இருக்கட்டுமே என்று மழநாட்டு பிருஹசரணமாகத்தான் தேடினார்கள். அமைய வில்லை. அஷ்டஸஹஸ்ரம்தான் பொருந்தி வந்தது என்றாள் காமாட்சி. இவளுக்கு ஒரு பிரிவு பற்றியும் தெரியாது. முற்றிலும் மும்பாய்க்காரி. திருமணம் செய்துகொண்டதும் குஜராத்தியை. 'அஷ்டஸஹஸ்ரம் கொஞ்சம் பிலுக்கு' என்று விளக்கினாள் காமாட்சி. மாப்பிள்ளைப் பையன் துபாயில் வேலையாக இருந்தான். 'டீச்சர், நீங்கள் வந்தால்தான் அருணாவுக்கு ஒரு பலமா இருக்கும். எனக்கென்ன தெரியும்? படிப்பு உண்டா, பாங்கு உண்டா? நீங்கதான் செய்யணும் எல்லாம்' என அவளை வற்புறுத்தி வரவைத்திருந்தாள்.

அவர்கள் பெட்டி வந்த இடத்தில்தான் அவர்கள் நின்று கொண்டிருந்தார்கள். ரயில் நின்றதும் எல்லோரையும் முடுக்கி விட்டுச் சாமான்களுடன் ஏறவைத்தார்கள் காமாட்சியும் அவள் கணவரும். அருணா இவளருகில் நின்றுகொண்டிருந் தாள். கடைசியாக அவர்கள் இருவரும் ஏறி அவர்களுக்கான இடத்தில் அமர்ந்துகொண்டார்கள் எதிரும் புதிருமாக.

எல்லோரும் ஆசுவாசப்படுத்திக்கொண்டிருந்தபோதே காமாட்சி சின்ன பிளாஸ்டிக் பையில் முறுக்கு வினியோகித்து விட்டாள் கொறிக்க. சின்ன லட்டு உருண்டை போட்ட பைகளை யும் தயாராக வைத்திருந்தாள் அடுத்ததாக வினியோகிக்க. பெட்டியின் மற்ற பகுதியிலுள்ளவர்கள் ஏறுவதும் இறங்குவது மாக இருந்தார்கள். சளசளவென்று பேச்சும் சிரிப்புமாக இருந்தது.

திடீரென்று காமாட்சி பரபரப்பாக எதையோ தேட முற்பட்டாள். கணவரிடம் ஏதோ சொல்ல அவர் முகம் வெளிறியது. அவரும் தேட முற்பட்டார்.

'என்ன மாமி?' என மெல்ல விசாரித்தாள்.

'டீச்சர், நகையும் புடவையும் கொஞ்சம் பணமும் வெச்ச சின்ன பெட்டியைக் காணமே டீச்சர்" என்றாள். தொண்டை அடைத்தது.

அருணாவும் பதற்றமடைந்தாள்.

'நீலக் கலர்ல, அந்தப் பெட்டியாம்மா?' எனக் கேட்டாள்.

'ஆமாம்' எனக் கூறிவிட்டு எல்லோரையும் கால்களைத் தூக்கச் சொல்லிப் பரபரவென இருக்கையின் அடியில் தேடினாள்.

'கிடைச்சுதா? மிலா க்யா? மிளிி கா?' என்றும் பல குரல்கள் எழுந்தன.

கிடைக்கவில்லை.

வண்டி கிளம்பப் பத்து நிமிடங்கள்தாம் இருந்தன. எதிரே அகஸ்மாத்தாகத் தென்பட்ட ரயில்வே போலீஸ்காரரை இவள் அழைத்து விவரம் கூறினாள்.

'டெய்லி இந்த வண்டியில ஏதாவது திருட்டுப் போகிறது' எனக் கூறிவிட்டு விவரங்களை விசாரிக்க ஆரம்பித்தார். அவர் இலாகாவைச் சேர்ந்த இரண்டொருவரும் வந்தார்கள்.

காமாட்சியிடமும் அவள் கணவரிடமும் 'நீங்கள் இறங்கித் தான் கம்ப்ளெயிண்ட் தர வேண்டும்' என்றார்கள்.

உடனே முடிவெடுத்தார்கள் காமாட்சியும் அவள் கணவரும். அவள் கணவரின் அண்ணா தியாகராஜனிடம், 'அண்ணா, நீங்க போங்கோ மன்னியோட. அங்க எல்லாம் பார்த்துக்கோங்கோ. நாங்க பின்னாலேயே வரோம்' எனச் சொல்லிவிட்டு அருணாவிடம், 'கவலையேபடாதே. குருவாயூரப்பன் இருக்கான்' என்றார்கள். இவளிடம், 'டீச்சர், நீங்க எங்களோட இருக்கணும். ப்ளீஸ்' என்றார்கள்.

மூவரும் இறங்கினார்கள்.

வண்டி கிளம்பியது. சன்னலருகே இருந்த அருணாவின் முகத்தில் கவலை தெரிந்தது.

மூவருமாகக் குற்றச்சாட்டைப் பதிவுசெய்யச் சென்றார் கள். தென்னிந்தியர்போல் தென்பட்ட ஒரு போலீஸ்காரர் இவளிடம் வந்து,

'நீங்கள் உறவா?' என்று ஹிந்தியில் விசாரித்தார்.

'உறவு மாதிரிதான்' என்றாள்.

அவளைச் சற்று ஒதுக்குப்புறமாய்க் கூட்டிப் போய், 'அது கிடைக்காதும்மா. நீங்கள் நேரே அண்ணாச்சியிடம் போய் விடுங்கள். கல்யாண விஷயம். போலீஸ் ஒன்றும் செய்ய முடியாது. இழுக்கடிக்கும்' என்றார்.

'யாரு அண்ணாச்சி?'

ஒரு கறுப்புச் சிலந்தியுடன் ஓர் இரவு

'அண்ணாச்சியைத் தெரியாதா? என்னம்மா இது? பரமு அண்ணாச்சி. அவர்தான் இந்த ஏரியாவுல எல்லாமே.'

'எங்க இருப்பார் அவர்?'

'ஸயான் கோலிவாடா போங்க. அங்கதான் அவர் வீடு, ஆபீஸ் எல்லாம். யாரைக் கேட்டாலும் சொல்வாங்க.'

'நாலு நாளில கல்யாணம். போலீஸ் உதவ முடியாதா?'

'இந்த விஷயங்கள்ள முயற்சிசெய்வாங்கம்மா. நேரம் ஆகும். அதனாலதான் சொல்றேன்' என விளக்கினார்.

சற்றுத் தயங்கியபடி காமாட்சியிடம் கூறினாள்.

'அவரை எல்லாம் நமக்குத் தெரியாதே?' என்றாள் சிறிது அச்சம் தோய்ந்த குரலில்.

போலீஸ்காரர், 'நான் பேசறேம்மா' எனச் சொல்லிவிட்டுக் கைப்பேசியில் எண்களை அழுத்தி, 'வணக்கம் அண்ணாச்சி. நம்ம ஊர்க்காரங்க...' என்று பேச ஆரம்பித்தார். சற்று நேரம் பேசிவிட்டு, 'உடனே கூப்பிடறார்' என்றார். ஒரு கூலியைக் கூப்பிட்டு அவனிடம் ஏதோ சொன்னார். அவன் அவர்களை வெளியே கூட்டிப்போய் ஒரு டாக்ஸியில் அமர்த்தி டாக்ஸிக் காரரிடம் ஏதோ கூறினான்.

டாக்ஸி ஸயான் கோலிவாடாவில் ஒரு கட்டடத்தின் முன் நின்றது. 'முதல் மாடிக்குப் போங்க' என்றார் டாக்ஸிக் காரர் கட்டணத்தை வாங்கியபடி.

தயங்கிக்கொண்டே படிகளில் ஏறினார்கள். ஒரு கதவு திறந்திருந்தது. இரண்டு மூன்று வீடுகளை இணைத்த பெரிய வீடாகப் பட்டது. உள்ளே ஒரு சாய்வு நாற்காலியில் தமிழ் வார இதழ் ஒன்றைப் படித்தபடி ஒருவர் அமர்ந்திருந்தார். நெற்றியில் விபூதியும் குங்குமமும். அவர் உதவியாளர்போல் தோன்றிய ஒருவர் கதவருகே வந்து இவர்களை உள்ளே அழைத்து அமரும்படி கூறினார்.

பத்திரிகையை முடிவைத்துவிட்டு இவர்களை ஏறிட்டார் அந்த மனிதர்.

'என்னம்மா, நகையா போச்சுது?' எனக் கேட்டார் காமாட்சியைப் பார்த்து.

'பொண்ணுக்குக் கல்யாணம். நகையும் புடவையும் கொஞ்சம் பணமும் இருந்த பெட்டி...' என்று குழறினாள் காமாட்சி. கண்களில் நீர் பெருகியது.

116 அம்பை

'அழுவாதீங்கம்மா. ஜாக்கிரதையா இருக்கணும் இல்ல? எப்பக் கல்யாணம்?' எனக் கேட்டார்.

'இன்னும் நாலு நாள்ல' என்றார் கணவர்.

'இருக்கட்டும் சார். பார்க்கலாம்.'

'அண்... அண்ணாச்சி...' என ஏதோ சொல்ல ஆரம்பித்த காமாட்சியைத் தடுத்து,

'உங்களுக்கு நான் தம்பி மாதிரிமா' என்றார்.

முறுக்கிய மீசையுடன் இருந்த 'தம்பி'யைப் பார்த்தாள் காமாட்சி.

'இவங்க யாரு?' என இவளைக் காட்டிக் கேட்டார்.

'இவங்க அருணா டீச்சர். இங்க ரூபரேல் காலேஜ்ல இங்லீஷ் டீச்சர்.'

'சரிதான்' என்றார்.

அவர்களை உள்ளே அழைத்தவர் தட்டுகளில் ஆவி பறக்கும் இட்லிகளையும் வடைகளையும் சின்ன வட்டங்களாகக் செய்த ஊத்தப்பங்களையும் எடுத்துவந்தார். சட்னியும் சாம்பாரும் தனியாக, மூக்கு வைத்த பாத்திரங்களில். காப்பியும் வந்தது.

சாப்பிடும் மனமில்லை மூவருக்கும்.

'சாப்பிடுங்க முதல்ல. எல்லாம் நல்லபடி நடக்கும்' எனக் கூறினார் அண்ணாச்சி.

இவர்கள் சாப்பிட்டுக்கொண்டிருந்தபோது, தன் உதவியாளரிடம், 'நாகப்பனுக்கு ஃபோன் போடு' என்றார்.

எழுந்துபோய்ப் பேசிவிட்டு வந்தார். உட்கார்ந்து கொண்டார்.

'பொண்ணு பேரு அருணாவா? வேலை செய்யுதா?' என்றார்.

'ஆமா. அஞ்சு வருஷமா அவ சம்பளத்தத் தொடலை. சிறுகச் சிறுகச் சேர்த்த பணம்...' எனச் சொல்லி விசும்பினாள் காமாட்சி.

'அழுவாதீங்க தாயி. மாப்பிள்ளை என்ன செய்யறாரு?'

'துபாய்ல வேலை. நல்ல வேலை.'

'மகளுக்குக் கல்யாணம். நீங்க ஒத்தைத் தாலிச் சங்கிலி போட்டுட்டுக் கண்ணாடி வளையல் போட்டிருக்கீங்களே?

ஒரு கறுப்புச் சிலந்தியுடன் ஓர் இரவு   ❖ 117 ❖

ஐயாவைப் பார்த்தாலும் ரொம்ப ஸிம்பிளா இருக்காரு கதர்ச் சட்டையும் வேட்டியுமா. என்ன விஷயம்? வரதட்சிணை அதிகமோ?'

'இல்லல்ல...' என்றார் கணவர்.

'அதிகம் இல்ல. கையில ஒரு லட்சம். குடித்தனம் எல்லாம் வைக்க வேணும் இல்லியா? வைரத்தோடு, இருபது பவுன் நகை, துணிமணி, அருணாவுக்கும் மாப்பிள்ளைக்கும் விமான டிக்கெட்டு...' என மென்று விழுங்கினாள் காமாட்சி.

'ஹ ஊம்' என்றார்.

'மாட்டவே மாட்டேன்னு அருணா பிடிவாதம் பிடிச்சா. வரதட்சிணை தரக் கூடாதுன்னு லட்சியமாம். டீச்சரும் அவளுக்கு ஸப்போர்ட்டு. கஷ்டப்பட்டு சம்மதிக்க வெச்சோம். நல்ல இடம் பாருங்கோ...' என்றாள்.

'மகள் சரியாத்தான் சொல்லியிருக்குது. என்ன நல்ல இடம்? பணத்தைப் பிடுங்குற இடம்.'

'இல்ல, கொஞ்சம் அவாள்ளாம் மரியாதைப்பட்டவா. நாங்க அவளுக்குச் சமதையே இல்லை. அருணாவைப் பிடிச்சுப் போச்சு. அவ வேலையும் நல்ல வேலை. அவளும் லட்சணமா இருப்பள்.'

'அதுதான் உங்களைப் பார்த்தாலே தெரியுதே. மகாலட்சுமி மாதிரி இருக்கீங்க. ஐயாவுக்கும் என்ன குறைவு?'

இதற்குள் உதவியாளர் மீண்டும் கைப்பேசியை அங்கேயே கொண்டுவந்து நீட்டினார். 'உம். உம். சீக்கிரம்' எனச் சொன்னார் அண்ணாச்சி ஃபோனில். பிறகு காமாட்சியிடம், 'தாயி, நீங்க நாளைக்குக் கிளம்பலாம். இப்ப வீட்டுக்குப் போங்க. நாளைக்கு இதே ரயிலைப் பிடிக்கலாம்' என்றார்.

காமாட்சியின் முகம் மலர்ந்தது. கைப்பையிலிருந்து ஓர் அழைப்பிதழை எடுத்துக் கொடுத்துவிட்டு, 'நீங்க அவசியம் கல்யாணத்துக்கு வரணும்' எனத் தடுமாறியபடி கூறினாள்.

வாங்கிக்கொண்டு வாய்விட்டுச் சிரித்தார். 'அது எப்படி? நான் எல்லாம் உங்க வீட்டுக் கல்யாணத்துக்கு வர முடியுமா? திரும்பி வந்து ஒரு நாள் உங்க கையால சமைச்சுப் போடுங்க தாயி. உங்க வீட்டுல எல்லாம் பண்ணுற ரசம் எனக்குப் பிடிக்கும்' என்றார்.

கைக்கடியாரத்தைப் பார்த்தபடி, 'நாளைக்கு ரயில் டிக்கெட் எடுக்க குப்தா ஏஜண்ட் வீட்டுக்கு ஃபோன் போடறேன்'

அம்பை

எனக் காமாட்சியிடம் சொன்ன கணவரை, 'அது எல்லாம் நான் பண்ணறேன் ஐயா. நீங்க கவலைப்படாமப் போங்க. போய் நிம்மதியா தூங்குங்க. விவரம் எல்லாம் கேட்டுக்கய்யா' என்றார் உதவியாளரிடம்.

விவரங்களைக் குறித்துக்கொண்டு, பிறகு உதவியாளர் கீழே வந்து, அங்கே நின்ற காரின் கதவைத் திறந்து உட்காரச் சொன்னார்.

'நாங்க டாக்ஸியில...' எனத் தயங்கியவர்களிடம், 'அண்ணாச்சி உத்தரவு' என்று சொல்லிவிட்டு, வண்டியைக் கிளப்பினார்.

இவள் மெல்ல அவரிடம், 'பெட்டி கிடைச்சுட்டுதா?' எனக் கேட்டாள்.

சற்று மௌனத்துக்குப் பிறகு கிசுகிசுப்பான குரலில், 'நம்ம பையன்தான் எடுத்தது. கல்யாண பார்ட்டி, பெரிய கூட்டமா போற க்ரூப்புன்னா எடுக்கறதுதான். எடுத்திட்டு கர்ஜத்துல எறங்கிடுவான். சென்னையிலிருந்து வர காலை வண்டியில வந்துடுவான்' என்றார் அவர் சாதாரணமாக.

'போலீசுக்குத் தெரியுமா?' எனக் கேட்டாள்.

'தெரியாம என்ன?' என்றார்.

மறுநாளும் கூட்டிச் செல்ல வண்டி வந்தது.

ரயில் நிலையத்தின் வெளியே கையில் பெட்டியுடன் காத்திருந்தார் அண்ணாச்சி. ரயில் வந்தாகிவிட்டது. நேராக இவர்களை முதல் வகுப்புப் பெட்டிக்கு அழைத்துப் போனார்.

'இது என்ன...' என்று இவர்கள் பின்வாங்கியபோது, 'கஷ்டப்பட்டு ஏற்பாடு செய்த கல்யாணத்துக்குப் போறபோது என்னால தடை வந்துட்டுதும்மா. மன்னிச்சுக்குங ்க. அதனால தான் இது' என விளக்கம் தந்தார். உட்கார்ந்துகொண்டதும் கையில் பெட்டியைத் தந்து, 'ஜாக்கிரதை. சென்னையில தங்க வேலுன்னு நம்ம டாக்ஸிக்காரர்கிட்டச் சொல்லியிருக்கேன். வந்து கூட்டிட்டுப் போவாரு' என்றார்.

பிறகு ஒரு பெரிய பிளாஸ்டிக் பையைக் கமாட்சியிடம் தந்தார்.

'என்ன இது?' எனக் கேட்டாள் காமாட்சி.

'ஒண்ணும் இல்ல. மாமா சீரு அருணாவுக்கு. புடவையும் செயினும் வளையலும்' என்றார். சற்றுக் குனிந்து, 'தாயி,

ஒரு ஜோடி வளையல் உங்களுக்கும். எல்லாருக்கும் சாப்பாடு போடற கையில்ல?' என்றார்.

காமாட்சி திடுக்கிட்டு நிமிர்ந்து பார்த்தாள். கை குவித்துக் கும்பிட்டார். 'நான் சொன்ன ரசம் ஞாபகம் இருக்கட்டும்' எனச் சற்றுக் குனிந்து சொல்லிவிட்டுக் கிளம்பினார்.

சென்னையில் தங்கவேலு டாக்ஸியுடன் வந்தார். கூட்டிச் சென்றார் இரண்டு நாள் முன்பு வருவதால் தங்குவதற்கு ஏற்பாடு செய்திருந்த வீட்டுக்கு.

வீடு களை கட்டியது. மாப்பிள்ளை வீட்டாரும் வந்தார்கள் இவர்களைப் பார்க்க. மாப்பிள்ளையின் தந்தை காமாட்சியையும் அவள் கணவரையும் சற்றுத் தள்ளி அழைத்துப் போனார்.

'பரமாச்சார்யாள் பேரைப் போட்டிருக்கேள் இன்விடேஷன்ல. அவருக்கு வரதட்சிணை வாங்கினா பிடிக்காது. என் ஆத்துக்காரி கனவுல வந்தாராம் பரமாச்சார் யாள். வந்து, "வரதட்சிணை வாங்கறியா?"ன்னு கேட்டாராம். வெலவெலத்துப் போயிட்டா. வேர்த்துக் கொட்டிடுத்து. உடனே என்கிட்ட வந்து "வரதட்சிணை வாங்க வேண்டாம்"னு சொல்லிட்டா. அதனால வரதட்சிணை வேண்டாம். இந்தாங்கோ' என்று ஒரு காசோலையைத் தந்துவிட்டு, 'துபாய் டிக்கெட் எல்லாம் நாங்களே ஏற்பாடு பண்ணியாச்சு. அப்புறம் கல்யாணச் செலவும் பாதிப் பாதி' என்றார் சொல்லித் தந்ததை ஒப்பிப்பவர்போல.

பக்கத்தில் நின்றுகொண்டிருந்த இவள், பரமாச்சார்யார் கனவில் வந்தாரா பரமு அண்ணாச்சி ஃபோனில் மிரட்டி னாரா இவர் இப்படி மனம் மாற என்று நினைத்துக் கொண்டாள். காமாட்சியின் ரசம் இப்படிப்பட்ட வேலை களையும் செய்யும்போலும்.

○ ○ ○

பயணம் 16

மதுரைக்குச் செல்லும் வண்டி கிளம்ப இன்னும் இரண்டே நிமிடங்கள் இருந்தபோது அவள் இருந்த முதல் வகுப்புப் பெட்டியில் மெல்ல ஏறினார் ஒரு பெரியவர். அவரோடு இருவர் வந்து சிறிய பெட்டி ஒன்றை அதன் இடத்தில் வைத்துவிட்டு, கும்பிட்டுவிட்டு அவசரமாக இறங்கினார்கள்.

சாதாரணமாக முதல் வகுப்பில் செல்பவள் அல்ல அவள். வேறு வழியில்லாமல் அன்று அதில் போக வேண்டி வந்திருந்தது. மதுரையில் அவசர வேலை. வேறு எந்த வகுப்பிலும் இடம் கிடைக்கவில்லை. பொது வகுப்புக் கூட்டத்தில் முண்டியடிக்க முடியாது அவளுக்கு.

வண்டி கிளம்பியதும் அவரைப் பார்த்தாள். அவர் சன்னல் வெளியே பார்த்தபடி இருந்தார்.

அவரை எங்கோ பார்த்திருக்கிறோம் எனத் தோன்றியது. பிறகு 'சட்'டென்று நினைவுக்கு வந்தது. சமீபத்தில் நடந்த மாநிலத் தேர்தலில் முழுவதுமாகத் தூக்கி எறியப்பட்ட கட்சியின் தலைவர்களில் ஒருவர். கட்சியில் பலர் டெபாசிட்டையே இழந்திருந்தார்கள். கட்சியின் தலைவரே தான் வழக்கமாக வெற்றி வாகை சூடும் தொகுதியில் பல ஓட்டுகள் வித்தியாசத்தில் முறியடிக்கப்பட்டிருந்தார். மொத்தக் கட்சிக்குமாகக் கிடைத்தது ஒரே ஒரு சீட்தான். அது இவருடையது. இவர் வழக்கமாக நிற்கும் தொகுதி. வழக்கம்போல அவர்

வென்றிருந்தார். அன்று மாலைதான் தேர்தல் முடிவுகள் வந்திருந்தன.

சற்று வயதானவர்தான். நரைத்த மீசை. நரைத்த தலை. சாந்தமான முகம். முன்பு வேறு கட்சியில் பல ஆண்டுகள் இருந்துவிட்டு, கட்சி பிளவுபட்டபோது, பிரிந்துபோன கட்சித் தலைவர் இவரை மிகவும் வேண்டிக்கொண்டதால் அவருடன் இணைந்தவர். பிளவுபடாத கட்சியிலும் இவருக்கு ஏக மரியாதை உண்டு. அருமையாய்ச் சொற்பொழிவாற்றுபவர். யாரையும் தூற்றாதவர். கட்சியின் ஒரே கனவான். அதனால் முதல்வரின் கீழே துணை முதல்வராகப் பலமுறை இருந்தவர். முதல்வர் பதவியை எட்டவிடவில்லை அவரை. பிரிந்து போன கட்சியிலும் முதல்வருக்குக் கீழேதான் இருந்தார். 'எதுக்கு இந்தப் பிழைப்பு? வாங்க ஊரைப் பாத்துட்டுப் போகலாம்' என்று மனைவியே அவரிடம் சொல்லிவிட்டதாக வதந்தி.

அவள் படித்த கல்லூரியில் ஒருமுறை அவரைப் பேச அழைத்திருந்தார்கள். கிட்டத்தட்ட ஒரு மணி நேரம் இசையில் மயங்குகிறவர்கள்போல அவர் பேச்சில் மயங்கிக் கிடந்தார் கள். 'எங்கு தலை நிமிர்ந்து இருக்கிறதோ, மனத்தில் பயம் இல்லையோ ...' என்ற தாகூரின் கவிதையை எடுத்துக்காட்டி, 'அந்த சுதந்திரம் நிரம்பிய சுவர்க்கத்துக்கு இந்த நாட்டை நீங்கள் அழைத்துப் போக வேண்டும்' என்றது நினைவில் இருந்தது. 'இவரை மாதிரி லட்சியவாதிகளுக்கு அந்தக் கட்சியில என்ன வேலை?' என்றார்கள் பலர் பிறகு. இதுவரை சட்டத் துக்குப் புறம்பான எந்தவித அத்துமீறல் குற்றச்சாட்டுக்கும் ஆளாகாதவர். மனைவி கல்லூரிப் பேராசிரியை. இப்போது ஓய்வுபெற்றிருப்பார். மகளும் மகனும் வெளிநாட்டில் படித்தார் கள். இப்போது அங்கேயே தங்கிவிட்டதாகச் சொன்னார்கள்.

முழுக்கட்சியிலும் அவர் மட்டுமே வென்றதில் அவ்வளவு மகிழ்ச்சி இல்லை போலும். முகம் வாடி இருந்தது.

'வாழ்த்துகள் ஐயா' என்றாள் மெல்ல.

சற்றுத் திடுக்கிட்டு, 'நன்றிம்மா' எனச் சொன்னார்.

'ஒரு தேர்தல்கூட நீங்க தோற்றதில்லை ஐயா. அது பெரிய விஷயம்' என்றாள்.

'வெற்றியும் தோல்வியும் வந்து போறதுதாம்மா' எனப் பதிலளித்தார்.

'இருந்தாலும் ...'

அம்பை

'கட்சிக்கு இது பெரிய அடிம்மா. எழுந்துக்கணும் மெள்ள.'

'ஐயா, நான் ஒண்ணு கேட்டா கோவிக்கமாட்டிங்களே?' சிரித்தார்.

'எதுக்கும்மா கோவம்? கோவம் வர வேண்டிய விஷயங் களுக்கே நான் கோவிக்கறதில்லைங்கறதுதான் என்னோட பெரிய குறை அப்படிங்கறாங்க எல்லாரும்' என்றார்.

அவள் கேட்க வந்ததைக் கூறும்முன் அவரே பேசத் தொடங்கினார். வண்டியின் ஓட்டமும் அந்த இரண்டு பேருக்கே ஆன பெட்டியின் ஒரு விதப் பாதுகாப்பான சூழலும் அவரைப் பேசவைத்ததா எனத் தெரியவில்லை. மெல்லிய குரலில் பேசினார்.

'அந்தக் கட்சியில இருந்தபோது மதுரைப் பக்கத்துலே இருந்து ஒரு பையன். நல்ல துடிப்பான பையன். அவன் தொகுதில நிக்க ஆசைப்பட்டான். கட்சிக்கு அவன் பண்ணாத வேலை இல்லை. அவங்கப்பா கட்சிக்காக நாயா உழைச்சவரு. ஒரு சலுகையை எதிர்பார்த்தவர் இல்லை. இவனும் ஆசைப்பட்ட தெல்லாம் தொகுதில பெண்களுக்கு ஒரு பள்ளிக்கூடம் பிற் காலத்துல காலேஜா வர மாதிரி, அவங்க இருக்கற பகுதில சரியான வீதிகள், கழிப்பறை வசதி இவ்வளவுதான். சென்னைக்கு வந்தான். தன் ஆசையச் சொன்னான் தலைவருகிட்ட. மறுத்திட் டாரு. வேற சாதிக்காரங்க அதிகமா இருந்த தொகுதி அது. மேல் சாதிக்காரங்க. அவங்கள்ள ஒருத்தருக்குத்தான் அந்தத் தொகுதில நிற்க இடம் தருவேன்னாரு. பளாருன்னு முகத்துல அறைஞ்ச மாதிரி இருந்துது பையன் முகம். என்னைப் பார்த்தான். மனோகரான்னு ஒரு படம். நீங்க எல்லாம் பார்த்திருப்பீங்களோ என்னவோ? அதுல ஒரு இடத்துல மனோகரன் அவன் அம்மாவைப் பார்த்து, "இப்போதுமா பொறுமை?" அப்படம்பான். அந்தப் பையன் என்னைப் பார்த்து அப்படிக் கேட்கறாப்பல இருந்தது. "தலைவர் சொல்லிட்டார் இல்ல? அப்புறமா பேசலாம்"னு சொல்லி அனுப்பிட்டேன். ரெண்டு மணி நேரம் வெளியவே நின்னுட் டிருந்தான்போல. நான் வெளியே வந்ததும், "ஐயா, இதுநாள் வரிக்கும் சாதிய நினைக்கலை. சாதி இரண்டொழிய வேறில்லைன்னு நிஜமாவே நம்பினேன்யா. வெறும் பேச்சு இல்ல. இப்ப என் சாதிய வெச்சுத்தான் கட்சியில என் இடமா? ஐயா, மொத்தத்துல நாங்க யாருக்கும் வேண்டப் படாத சாதி ஆயிட்டோம்யா. எங்களுக்கு வர சலுகையும் சாதியை வைச்சுத்தான். எங்களை ஒதுக்கறதும் அதை வைச்சுத் தான்" அப்படின்னுட்டு குமுறினான். கூடவே வீட்டுக்குக் கூட்டிட்டுப் போய் சமாதானப்படுத்தினேன். "காலம் வரும்.

ஒரு கறுப்புச் சிலந்தியுடன் ஓர் இரவு

காத்திரு'ன்னுதானே சொல்லப்போறீங்க? அது உங்களுக்கும் வராது. அவனுக்கும் வராது"ன்னுட்டு எங்க வீட்டம்மாவே அன்னிக்குக் கடிஞ்சுகிட்டாங்க அவன் வேதனையைப் பார்த்து. கோவம் வராம இருக்கறது அரசியல்ல நல்ல குணம்தான். ஆனால் கோவமே வரல்லினா அதைப் பலவீனமாப் பார்ப்பாங்க இல்லியா?'

சன்னல் வெளியே பார்த்தார்.

'நீங்க என்னவோ கேட்கணும்னுட்டுச் சொன்னீங்களே?' என்றார் சற்று நேரம் பொறுத்து.

'ஒண்ணுமில்ல. நீங்க தனிக் கட்சி ஆரம்பிக்கலாமேன்னுட்டுக் கேக்க நினைச்சேன். உங்களை நிறைய பேரு மதிக்கிறாங்க.'

மீண்டும் சிரித்தார்.

'அப்படி எல்லாம் நினைக்கலைம்மா. எனக்குப் பொறுப்பு இருக்குது. நான் அப்படி ஏதாவது செய்தா, இந்தத் தலைவருக்கு ஆதரவே இல்லாமப் போயிடும். சின்னச் சின்ன கட்சிகளாப் பிரியறதுல யாருக்கு என்ன பிரயோசனம்?' என்றார்.

'அதுவும் உண்மைதான்.'

'என்னால இப்பச் செய்யக்கூடிய விஷயங்களும் பிரிஞ்சு போனா முடியாம போயிடும். சின்ன விஷயங்கள்தான். ஏதாவது கிராமத்துல ஒரு பள்ளிக்கூடம். விவசாயிக்கு ஏதோ உதவி. பணச்செலவு இல்லாம காலேஜ்ல இடம். இதுக்கு உதவ என்மேல மதிப்பும் நம்பிக்கையும் வெச்சவங்க இருக்காங்க. இப்படிப் போயிட்டிருக்கு வண்டி' என்றார் சற்றே அலுப்புடன்.

'உங்க வீட்டுல யாருக்கும் அரசியல்ல ஈடுபாடு இல்லையா?'

'வேண்டவே வேண்டாம்னு போயிட்டார் எங்க மகன். "வேணாம் ஐயா இந்த மாதிரி அரசியல்"னுட்டு மகளும் வெளிநாட்டுல தங்கிட்டா. இறந்துபோன அந்தப் பெரியவருக்கு வாக்குக் கொடுத்துட்டேம்மா இந்தத் தலைவரை விட்டுக் கொடுக்க மாட்டேன்னுட்டு.'

மௌனித்தார்.

'கக்கன்னு ஒரு பெரிய மனுஷர் இருந்தார் தெரியுமா உங்களுக்கு?'

'பெயர் தெரியும்.'

'அவருகூட நான் சில வருஷங்கள் இருந்தேம்மா. ரொம்பச் சின்ன பையன் அப்ப. எங்கய்யா ஆரம்பக் காலத்துல காங்கிரஸ்

காரர். காந்தியவாதி. அவர்தான் கக்கன் ஐயாகிட்டச் சேர்த்து விட்டது. ஒரு தடவை அவர் சங்கராச்சாரியாரைப் பார்க்கப் போனாரு. நானும் கூடப் போனேன். அவர் ஒரு பெரிய வீட்டுல தங்கியிருந்தார். கக்கன் ஐயா வரப்போறாருன்னுட்டு, ஒரு பெரிய நீளத் தண்ணித் தொட்டி, கட்டின கன்னுக்குட்டி எல்லாம் ஏற்பாடு பண்ணியிருந்தாங்க. அந்தப் பக்கம் அவரு. இந்தப் பக்கம் இவரு. எனக்கு ஒண்ணும் புரியலை. ஒரு மந்திரியைப் பார்க்க என்ன இவ்வளவு முஸ்தீபுன்னுட்டு நினைச்சுக் கேட்டேன் என்ன விஷயம்னுட்டு. கீழ் சாதிக்காரங் களைப் பார்க்க இடையில ஆறோ குளமோ இருக்கணுமாம். பசுவோ கன்னோ இருக்கணுமாம். கொதிச்சுப் போயிட்டேன் அப்படியே. கையைக் காட்டி என்னை அமர்த்தினாரு கக்கன். அப்படிப்பட்ட பொறுமைசாலி அவரு. என்னோட அரசியல் மாரினப்பகூட அவரோட நான் உறவை முறிச்சிக்காம வெச்சிருந் தேன். 500 ரூபாய் ஓய்வுப் பணத்துல சின்ன வீட்டுல அவர் இருந்தார். ரொம்ப உடம்பு முடியாம இருந்தப்போ பத்திரிகை யில இருந்து ஒரு அம்மா வந்திருந்தாங்க பேட்டி எடுக்க. "அரசியல் வாழ்க்கையில நீங்க முக்கியமா கருதுவது எது?"ன்னு கேட்டப்ப, கக்கன் திடீர்னு அழ ஆரம்பிச்சாரு. அப்புறமா மெல்ல, "காந்தி மதுரைக்கு வந்தப்போ காந்தியோட நான் இருந்த நாட்கள்" அப்படென்னாரு. கண்ணீர் வழிஞ்சுட்டே இருந்துது.

'மேல்சாதிக்காரங்க ஆணவத்தை எதிர்க்கணும்னே எங்கய்யா அவரோட அரசியல் திசையை மாத்தினாரு. அவரோட நானும். அதுவும் திசை தப்பி, என்னையும் இழுத்திட்டுப் போவுது.'

'மன்னிச்சுக்குங்க ஐயா. நான் எதோ பேசப் போய் உங்களைச் சங்கடப்படுத்திட்டேன்போல.'

'அதெல்லாம் ஒண்ணுமில்லம்மா. யார்கிட்டயும் எதையும் பேச முடியறதில்ல. அதனால சமயத்துல இப்படிப் பொங்கிடுது. தேர்தல்ல வெற்றிபெற்றாக்கூட ஒளிஞ்சுக்க வேண்டிய நிலைமை யில மனசு கஷ்டப்பட்டுப்போவுது.'

எழுந்து, வெளியே போய்விட்டு வந்து படுப்பதற்கான ஆயுத்தங்கள் செய்ய முற்பட்டார். அவளும் படுப்பதற்கு விரிப்பை விரித்தாள்.

'விளக்கை அணைக்கவாம்மா?' எனக் கேட்டுவிட்டு விளக்கை அணைத்தார்.

இன்னும் சரியாக விடிந்திராத காலையில் விழிப்பு வந்தது. அவர் முகம் கழுவி உடை மாற்றி, உட்கார்ந்துகொண் டிருந்தார். வண்டி கொடைரோடு ரயில் நிலையத்தில் நுழைந்து கொண்டிருந்தது. மெல்ல எழுந்து, சின்ன பெட்டியைக் கையில் எடுத்துக்கொண்டு, அவள் புறம் பார்த்துத் தலையசைத்துவிட்டுப் போனார்.

மதுரையில் கூட்டம் அதிகம் என்று அங்கு இறங்கினார் போலும் என்று நினைத்துக்கொண்டாள். சன்னல் வழியாக வெளியே பார்த்தாள். ரயில் நிலையத்தில் இரண்டொருவரே இருந்தார்கள். விளக்குகள் மங்கலாக மினுக்கின. வெளியே சரியாகக் கலையாத இருட்டு. தலைவர் இறங்கவும், சற்று தூரத்திலிருந்து விரைந்து வந்த ஓர் இளைஞன் கையிலிருந்த காகிதச் சுருளைப் பிரித்து, காகிதத்தை வீசிவிட்டு, ஒரு துண்டை எடுத்து அவர் கழுத்தில் போட்டான். கைகுவித்துக் கும்பிட் டான். எந்தவித உணர்வையும் காட்டாமல் அதை அவர் ஏற்றுக்கொண்டார். பிறகு, 'எதுக்குப்பா இதெல்லாம்? தலைவருக்கு இதெல்லாம் பிடிக்காது' என்று முணுமுணுப் பாகக் கூறினார்.

'எங்க சந்தோஷத்துக்குய்யா' எனச் சொல்லிவிட்டு, அவர் பெட்டியை வாங்கிக்கொண்டான்.

'நம்ப வீட்டுக்கே போயிடலாம். எல்லா ஏற்பாடும் செய்திட்டேன். எலாரும் காத்திட்டிருக்காங்க' என்றான்.

மெல்ல அவன் முதுகில் கைவைத்துத் தடவித் தந்தார். அந்த மங்கிய வெளிச்சத்திலும் அவர் முகத்தில் சிறு மலர்ச்சிக் கீற்று தோன்றியதுபோல் பட்டது.

துண்டைப் பொதிந்துவைத்திருந்த கீழே வீசப்பட்ட காகிதம் பறந்துபோய் ரயிலின் கீழே விழுந்தது. ரயில் மெல்ல நகரத் தொடங்கியது.

o o o

பயணம் 17

குஜராத்திக்காரர்களுடன் பயணம் செய்வதில் சில அனுகூலங்கள் இருந்தன. அவர்கள் பெரிய டப்பாக்களில் உணவு கொண்டுவந்து தாங்கள் சாப்பிடுவதோடு நிற்காமல் மற்றவர்களுக்கும் விளம்புவார்கள். உடன் பயணித்த குஜராத்தி தம்பதியர் மெத்தென்ற பூரியும் இனிப்பு மாங்காய் ஊறுகாயும் டோக்லாவும் அதன் பின் பால்பேடாவும் வாசனைப்பாக்கும் கொடுத்துப் பசியாற்றியதில் இரவு நல்ல தூக்கம். அவள் வழக்கமாகப் படுக்கும் மேல் பர்த்திலிருந்து கீழே பார்த்தபோது எல்லோரும் இன்னும் உறக்கத்திலிருந்தார்கள். கோடி இருக்கையில் ஓர் இளம் பெண் உட்கார்ந்துகொண்டிருந்தாள். கையில் ஒரு சின்ன பை. சன்னல் வெளியே பார்த்துக்கொண்டிருந்தாள். இரவு ஏதாவது ஒரு ரயில் நிலையத்தில் ஏறியிருப்பாள். இரவு அங்கே இருந்தது வேறு யாரோ.

கழிவறைக்குப் போகக் கீழே இறங்கினாள். கழிவறையிலிருந்து திரும்பியதும் அந்தப் பெண்ணுக்கு எதிரே இருந்த இருக்கையில் அமர்ந்து கொண்டாள். அந்தப் பெண் தலையைத் திருப்பி மெல்லப் புன்னகைத்தாள். கண்களின் கீழ் கருவட்டம் கட்டியிருந்தது. சோர்வாக இருந்தாள்.

'டில்லிவரைக்குமா?' என்று கேட்டாள் ஹிந்தியில் அவளிடம்.

தலையசைத்தாள்.

ஒரு சின்ன ரயில் நிலையத்தில் ஒரு பையன் பற்பசையும் பல்குச்சியும் சீப்பும் சோப்புத் தாளும்

விற்றுக்கொண்டிருந்தான். அவள் அவனைக் கூப்பிட்டு எல்லா வற்றையும் வாங்கிப் பையில் வைத்துக்கொண்டாள்.

அந்தக் கைப்பையைத் தவிர வேறு சாமான் இல்லை எனத் தோன்றியது. சாய் வந்ததும் தனக்கும் அவளுக்குமாக இரண்டு குவளைகள் வாங்கி அவளிடம் தந்தாள் ஒரு மண் குவளையை. வாங்கிக்கொண்டாள்.

'அவசரமாகக் கிளம்பினாயா? சாமானே இல்லையே?'

சாய் குடித்தபடி இவளைப் பார்த்தாள். சம வயதுக்காரி என்னும் எண்ணம் ஏற்பட்டதோ என்னவோ சுற்றுமுற்றும் பார்த்து, 'சாமான் கட்ட நேரமிருக்கலை' என்றாள்.

'ஏன்? ஏதாவது அவசர வேலையா? டில்லியிலா?' என்று கேட்டாள்.

அவள் பேசவில்லை. வெளியே பார்த்தபடி சாய் அருந்தினாள். பின் மண் குவளையை வெளியே வீசினாள். 'கல்'லென்று அது உடைந்த சத்தம் கேட்டது.

காலை நேரக் காட்சிகள் வெளியே. சிறு வீடுகளின் வெளியே கயிற்றுக் கட்டில்களில் அமர்ந்தபடி சாய் குடிக்கும் ஆண்கள். தூக்கம் போகாத கண்களுடன் அவர்கள்மேல் சாய்ந்து மீண்டும் தூங்க நினைக்கும் குழந்தைகள். கதவருகே அமர்ந்துகொண்டு, நிலையில் தலையைச் சாய்த்துப் பேசியபடியும் சாய் குடித்த படியும் சில பெண்கள். பிளாஸ்டிக் வாளிகளில் தளும்பத் தளும்பத் தண்ணீர் கொண்டுவந்த பெண்கள். உரத்த குரலில் யாரையோ அதட்டியபடி ஓர் ஆண் குரல். ஓடும் வண்டியுடன் ஓடும் காட்சிகள்.

அந்தப் பெண் வெளியே பார்த்தபடி இருந்தாள். பிறகு இவள் பக்கம் திரும்பி, 'உன் பெயர் என்ன?' எனக் கேட்டாள்.

'மைதிலி. உன் பெயர்?'

'நீர்ஜா.'

'டில்லியில்தான் உன் வீடா?' என்று கேட்டாள் இவளிடம்.

'இல்லை. நான் படிக்கிறேன். ஹாஸ்டல்ல இருக்கேன். நீயும் ஸ்டூடண்டா?' என்றாள்.

அவள் உடனே பதில் சொல்லவில்லை. பிறகு தன் இருக்கை யின் முனைக்கு நகர்ந்து இவளருகில் வந்து மெல்லக் கூறினாள், 'நான் வீட்டைவிட்டு ஓடிவந்துட்டேன்.'

தூக்கிவாரிப்போட்டது இவளுக்கு. பெற்றோர்கள் எல்லா வற்றுக்கும் தடைபோடும்போதும், நாள் முழுவதும் செய்த வேலைகளுக்கும் சென்ற இடங்களுக்கும் சந்தித்த நபர்களுக்கும் விளக்கங்கள் கேட்கும்போதும், படி படி எனச் சொல்லி உயிரை வாங்கும்போதும், காலை நான்கு மணிக்கு எழுப்பி அகார சாதகம் செய்யச் சொல்லும்போதும், வீட்டில் யாருக்கும் தனியறை என்றில்லாமல் எல்லாமே பொதுவாக இருக்கும்போது மாதவிடாய் வரும் சமயங்களில் நேரும் சங்கடங்களின்போதும், இவளுக்கும் தோன்றியிருக்கிறது ஓடிப்போய்விடலாமா என்று. ஓடுவதற்கு இவற்றை எல்லாம்விட வலுவான காரணங்கள் வேண்டும் என்று சமாதானப்படுத்திக்கொள்வாள். மேலே படிக்க டில்லி வந்ததும் ஒரு வகையில் வீட்டை விட்டு ஓடும் சின்ன முயற்சிதான். இவளுக்குத் தெளிவாகத் தெரிந்தது. இரண்டு வகை ஓட்டங்கள்தாம் சாத்தியம். ஒன்று இவள் அக்கா மாதிரி திருமணம் செய்துகொண்டு சம்பிரதாயமாக விடைபெற்று ஓடுவது அல்லது மேற்படிப்பு என்று ஒரு பெரிய சாக்கைச் சொல்லி, வாதித்து, விளக்கங்கள் சொல்லி, வாக்குறுதிகள் அளித்துவிட்டு வெளியேறுவது. மனிதப் பெற்றோர்கள் எல்லாம் பறவைகள் அல்ல சிறகுகள் முளைத்ததும், பறக்கும் பயிலரங்கு கள் ஒன்றிரண்டு நடத்திவிட்டுக் கூட்டை விட்டு வெளியே தள்ள. கையை இறுகப் பற்றிக்கொள்பவர்கள். ஓர் ஆணின் கையில் அந்தக் கையை இணைத்துவிட்டால்தான் இவளால் இயங்க முடியும் என்று மனப்பூர்வமாக நம்புபவர்கள். மேற் படிப்பு எனும் வாயிலைத் திறந்துகொண்டு வந்தவள் இவள்.

நீர்ஜாவைப் பார்த்தாள்.

'ஏன் அப்படிச் செய்தே?' என்றாள்.

'கல்யாணம் நிச்சயம் பண்ணிட்டாங்க. மாப்பிள்ளை பிடிக்கலை.'

'ஏன்?'

'பார்க்க நல்லாவே இல்லை. குள்ளம். படிப்பும் அதிகம் இல்லை.'

'என்ன வேலை பார்க்கிறார்?'

'குடும்ப வியாபாரம். கடை வெச்சிருக்காங்க. பெண் பார்க்க வந்தபோதே பிடிக்கலை. எவ்வளவோ சொன்னேன். கேட்டால்தானே? நல்ல குணமாம். வரதட்சிணை இல்லையாம். பாட்டிக்கு உடம்பு சரியில்லையாம். அவள் சாகறதுக்கு முன்னால் எனக்குக் கல்யாணம் பண்ணுமாம். இதெல்லாம் காரணமா

ஒரு குள்ளனைப் போய்க் கல்யாணம் செய்துக்க? ஹூம்!' என்று கூறிவிட்டு முகம் சுளித்தாள்.

'நீ படிக்கிறியா?'

'இல்லை, படிச்சு முடிச்சுட்டேன். பி.ஏ. வீட்டுலதான் இருந்தேன். நேற்று சாயந்திரம் "பராத்" வந்துவிட்டது. ராத்திரி நான் கிளம்பிட்டேன்.'

'டில்லியில யாராவது தெரிஞ்சவங்க இருக்காங்களா?'

'எங்க ஊரை விட்டே இப்பத்தான் முதல் தடவையா வெளியே வரேன். ஸ்டேஷன் வந்து, "அடுத்த வண்டி எது?"ன்னு கேட்டேன். "டில்லி வண்டி"ன்னாங்க. டிக்கெட் எடுத்து ஏறிட்டேன். இப்ப என்னைத் தேடிட்டு இருப்பாங்க. தேடட்டும் நல்லா' என்றாள்.

'டில்லியில யாரையுமேவா தெரியாது?'

'டில்லியே தெரியாது.'

இவளுக்குத் தெரியும் டில்லியை. ஒரு நகரம் மாநகரமாகி, மகாப்பெரும் நகரமாகும்போது, அதன் முதல் அடையாளம் பெண்கள் தனியாக நடப்பதற்கான வீதிகள் இல்லாமல் போவது தான். அவர்கள் சுதந்திரமாக இயங்கக்கூடிய வெளிகள் ஒழிந்து போவதுதான். அகன்ற வீதிகளும் மரங்களும் விஸ்தாரமான தோட்டங்களும் இருந்தாலும் ஏழரை மணிக்கு மேல் டில்லியில் தனியாகப் போக முடியாது. ஒருமுறை இவள் குடும்ப நண்பர் களுடன் வெளியே போய்விட்டு, அவர்கள் ஹாஸ்டல் இருந்த சந்தில் நுழையாமல் முனையிலேயே நிறுத்திவிட்டுப் போய் விட்டார்கள். சந்தின் முடிவில் இருந்தது ஹாஸ்டல். இரவு 10:30 மணி. எதிரே இரு ஆண்கள் வந்துகொண்டிருந்தது தெரிந்தது. இவள் ஹாஸ்டலை நோக்கி ஓட ஆரம்பித்தாள். பயந்து, வியர்வை கொட்ட ஹாஸ்டலை எட்டி வாட்ச்மேன் வாயிலைத் திறப்பதற்குள் அந்த இருவரில் ஒருவன் இவள் துப்பட்டாவை இழுத்துவிட்டான். ரோஜாநிறத் துப்பட்டா அவன் கையோடு போய்விட்டது.

இன்னொருமுறை இவளும் கேப்ரியலும் இண்டியா கேட் பக்கம் உட்கார்ந்து பேசிக்கொண்டிருந்தார்கள். ஒரு மோட்டார் பைக்கில் இருவர் வந்து, இவர்களை மிரட்டினார்கள். பதை பதைத்து என்ன நடக்கிறது என்று புரிந்துகொள்வதற்குள் இவள் ஸல்வாரை ஒருவன் உருவிவிட்டான். கேப்ரியல் பக்கம் இன்னொருவன் திரும்பியபோது, 'மைதிலி, ஓடு' என்று கத்தினான் கேப்ரியல். மோட்டார் பைக்கில் வந்தவர்கள் எதிர்பாராத தருணத்தில் இருவரும் கேப்ரியலின் ஸ்கூட்டரை

அம்பை

நோக்கி ஓடினார்கள். ஓர் உதையில் எப்போதும் கிளம்பாத அது அன்று ஒரே உதையில் கிளம்பியது. சந்துகளிலும் பொந்துகளிலும் போய் அவர்களுக்குப் போக்குக்காட்டிவிட்டு ஹாஸ்டலுக்கு ஓட்டி வந்தான் கேப்ரியல். ஸ்ல்வர் இல்லாமல் வந்த இவளை வாட்ச்மேன் வியப்புடன் பார்த்தான். அவனிடம் கூறினார்கள் விஷயத்தை. சற்று தூரத்தில் மோட்டார் பைக் ஒலி கேட்டதும் அவன் தடியை எடுத்துக்கொண்டு வெளியே போய், 'மண்டையைப் பிளப்பேன், வாங்கடா' என்று சத்தம் போட்டான். மோட்டார் பைக் சீறிக்கொண்டு ஹாஸ்டலைக் கடந்துபோயிற்று. பயத்தில் நடுங்கியபடி நின்றுகொண்டிருந்த இவள் அருகே இருந்த கேப்ரியல் மயக்கம் அடைந்தான். 'நான் ஒரு சோனிப் பையன். என்னால சண்டை எல்லாம் போட்டிருக்க முடியாது. உனக்கு என்ன ஆகியிருக்கும்னுட்டு நினைச்சா கதிகலங்குது மைதிலி' என்றான் பிறகு பலமுறை. ஒரு பெரிய ஜூரத்தில் படுத்து எழுந்தான் அதன் பிறகு. ஹாஸ்டல் வார்டனும் வெகுவாகக் கடிந்துகொண்டார். அதன் பிறகு எல்லோரும் குழுவாகத்தான் வெளியே போனார்கள்.

நரேந்தரின் சித்தப்பாவிடம் பெரிய வண்டி இருந்தது. ஒருமுறை அவர்களை இரவுச் சாப்பாட்டுக்கு அழைத்து, திரும்பக் கொண்டுவிட்டபோது, தெளகுவாவைச் சென்றடையும் அந்தக் காடுகள் அடர்ந்த இருட்டு வீதியில் ஓட்டிவந்த போது, எதிரே ஒரு பெரிய கார் நின்றிருந்தது தெரிந்தது. நரேந்தரின் சித்தப்பா வண்டியின் வேகத்தைச் சிறிது மட்டுப் படுத்தினார். இவர் வண்டியின் விளக்கு வெளிச்சத்தில் எதிரே இருந்த வண்டியின் டிக்கி திறக்கப்பட்டு அரை நிர்வாணப் பெண்ணின் உடலை வெளியே எடுத்தது தெரிந்தது. உள்பாவாடை மட்டும்தான் இருந்தது. மேலே கொக்கிகள் கழற்றப்பட்ட வெள்ளை மார்க்கச்சு பாதி கழன்று ஆடியது. கைகள் தொங்கியபடி இருந்தன. அவள் நிச்சயம் உயிருடன் இருந்திருக்க முடியாது. அந்த இருட்டில் வண்டியின் வெளிச்சத்தில் அவள் வெள்ளை உள்ளாடைகள் பளீரென்று தெரிந்தன.

இவர்கள் உறைந்துபோனார்கள். இவர்களின் வண்டியின் வேகம் மட்டுப்பட்டதும், 'போயிட்டேயிருங்க' என உறுமினார்கள் அந்த வண்டியில் இருந்தவர்கள். இவர்கள் கடந்துபோன போது, காட்டுக்குள் உடலை ஏந்தியபடி அவர்கள் போனது தெரிந்தது. வண்டியை ஓட்டிவந்த நரேந்தரின் சித்தப்பா முகத்தில் வியர்வைக் கொட்டியது.

எந்தப் பத்திரிகையிலும் ஓர் உடல் கிடைத்ததாகச் செய்தி வரவே இல்லை. பல நாட்கள் 'யாராக இருக்கும் அந்தப் பெண்? எந்தக் குடும்பத்திலும் யாராலும் தேடப்படாத

பெண்ணா அவள்? அவள் சாவு யாரையுமே பாதிக்க வில்லையா?' என்று யோசித்திருக்கிறாள். இவர்கள் பலர் இருந்தும் ஒன்றும் செய்யாத கோழைகளாகப் போனது பற்றி வெட்கப்பட்டதும் உண்டு.

பாலனின் தோழி ஆஸ்பத்திரி நர்சாக வேலை பார்த்து வந்தாள். டில்லியில் பல ஆஸ்பத்திரிகளில் இருந்த கேரளத்துப் பெண்களில் அவளும் ஒருத்தி. தனியார் நடத்திய மினி பஸ் வண்டியில் இரவு நேரத்தில் ஏறிய அவள் மற்றவர்கள் இறங்கியதும் தனியாகிப் போக, வண்டியின் நடத்துநரும் இன்னொரு ஓட்டுநரும் அவளைச் சீண்ட ஆரம்பித்தார்கள். ஓடும் வண்டியிலிருந்து குதித்த அவள் ஒரு வாரத்தில் இறந்துவிட்டாள். யாரையும் பிடிக்க முடியவில்லை.

அந்த மினி பஸ் இன்னும் ஓடிக்கொண்டுதான் இருக்கும்.

பெண்களுக்கு எந்த வகையிலும் பாதுகாப்பு தராத டில்லியை அவளுக்குத் தெரியும்.

நீர்ஜாவிடம் கூறினாள்.

அவள் முகம் வெளுத்தது. 'டில்லியில ஹாஸ்டல் எல்லாம் கிடையாதா?' என்று கேட்டாள்.

'நீர்ஜா, ஹாஸ்டல்ல எல்லாம் அப்படிப் போய் இருக்க முடியாது. ஸ்டெண்டாவோ வேலைசெய்யற பொண்ணாவோ இருக்கணும். இப்படி யோசிக்காம கிளம்பிட்டியே?' என்றாள்.

வண்டியில் எல்லோரும் எழுந்து அவரவர் வேலைகளில் இருந்தார்கள். ஓர் இடத்தில் நீர்ஜாவும் இவளும் சமோசாவும் சாயும் சாப்பிட்டார்கள். குஜராத்தித் தம்பதியர் சாமான்களை ஒழுங்குபடுத்துவதில் ஈடுபட்டிருந்தார்கள்.

'நான் உன்னோட வரவா?' எனக் கேட்டாள் நீர்ஜா.

'அது எப்படி முடியும்? நீ திரும்பிப் போயிடு நீர்ஜா. ஸ்டேஷனுக்கு வெளியே போகாதே. அடுத்த வண்டியிலேயே போயிடு' என்றாள்.

'எங்க வீட்டுல கொன்னுபோட்டுடுவாங்க' என்றாள் நீர்ஜா. பயந்துபோயிருந்தாள்.

வண்டி புது டில்லி ரயில் நிலையத்தில் நுழைந்தது. கூட்டமும் கூச்சலும் முட்டி மோதியவர்களும் உள்ளே புகுந்த கூலிகளும் கூவிக் கூவி வியாபாரம் செய்தவர்களுமாய் ஒரு பிரமாண்ட நகரத்தை முதல்முறையாகப் பார்த்துக் கொண்டிருந்தாள் நீர்ஜா என்பது அவள் கண்களில் தெரிந்தது.

இவள் பெட்டியில் இருந்தவர்களும் இடித்துத் தள்ளிக் கொண்டு இறங்க ஆரம்பித்தார்கள்.

கோபால மாமா வந்திருந்தார் இவளைக் கூட்டிச் செல்ல. சிடுமூஞ்சி மாமா. டில்லியில் இருப்பதால் இப்படிப்பட்டப் பொறுப்புகள் வருவது குறித்து சிடுசிடுப்பவர்.

இவளும் இவள் பின் நீர்ஜாவும் இறங்கினார்கள்.

பெட்டியை வாங்கிக்கொண்டார் மாமா. நீர்ஜா தயங்கி, சற்று விக்கித்துப்போய் நின்றாள்.

'மாமா, இது நீர்ஜான்னுட்டு ...' என்று சொல்ல ஆரம்பித்த போது, 'ஹலோ' என்றார் மாமா சுருக்கமாக.

'கிளம்பலாமா? உன்னை ஹாஸ்டல்ல விட்டுட்டு எனக்கு ஆபீஸ் போகணும்' என அவசரப்படுத்தினார்.

திரும்பி விறுவிறுவென நடக்க ஆரம்பித்தார்.

'வெளியே எந்த வழியாப் போகணும்?' என்று கேட்டாள் நீர்ஜா.

கையைக் காட்டிவிட்டு, 'வெளியே போக வேண்டாம் நீர்ஜா. ப்ளீஸ், திரும்பிப் போயிடு' என்றாள்.

மாமாவின் பின்னால் வேகமாக நடந்தாள். கொஞ்ச தூரம் போய்விட்டுத் திரும்பிப் பார்த்தபோது, நீர்ஜா கூட்டத்தில் இடிபட்டபடி, வெளியே செல்வற்கான இன்னொரு வாயில் வழியாக, ஒரு பெரிய நகரத்தினுள் நுழையத் தொடங்கியது தெரிந்தது.

அந்த மகாப்பெரும் நகரத்தை எதிர்கொள்ள அவளிடம் இருந்தவை அன்று காலை வாங்கியிருந்த பற்பசையும் பல்குச்சி யும் சீப்பும் சோப்புத் தாளும்தான் என்னும் நினைவும் அவள் பெயர் நீர்ஜா, இவள் பெயர் மைதிலி என்பதைத் தவிர அவர்கள் இருவரிடமும் வேறு எந்தத் தகவலும் இல்லை மற்றவரைப் பற்றி என்ற எண்ணமும் அடிவயிற்றில் ஜில்லிட்ட உணர்வை ஏற்படுத்தின. அது டில்லியின் குளிர் காற்றால் மட்டுமல்ல என்று இவளுக்குப் புரிந்தது.

பயணம் 18

திலீப் கன்னா தன்னைக் கூப்பிடுவான் என்று அவள் சற்றும் எதிர்பார்க்கவில்லை. நாளுக்கு மூன்றுமுறையாவது தொலைபேசியில் தொடர்பு கொள்ளும் அவன் கடந்த மூன்று வருடங்களாக அந்தர்த்தானமாகியிருந்தான். இரண்டொருமுறை அவன் கைப்பேசியில் அவள் அனுப்பிய குறுஞ் செய்திகளுக்கும் அவனிடமிருந்து பதிலில்லை. அது ஒன்றும் பெரிய விஷயம் அல்ல. மும்பாயின் தெருக்களில் சினிமாவில் வாய்ப்பு தேடி அலையும் கும்பலே அதன் ஜனத்தொகையின் பெரும் பகுதி யாக இருக்கும் என்பது அவள் அனுமானம். அந்தக் காலகட்டத்தில் அவர்களுக்கு நண்பர்களும் ஆதர வாளர்களும் உற்சாகப்படுத்துபவர்களும் தேவைப் படுகிறார்கள். குறிப்பாகப் பத்திரிகையாளர்கள். அப்படித்தான் அவள் திலீப் கன்னாவைச் சந்தித்த தும். வித்தியாசமான தொலைக்காட்சித் தொடர் ஒன்றில் அவன் நடித்துக்கொண்டிருந்தான். அவனுக்கு விளம்பரம் தேவைப்பட்டது சினிமாவை எட்ட. அப்போது அவள் வேலை பார்த்த தினசரிக் காக அவனைப் பேட்டி காணச் சென்றாள். அவள் அந்தத் தொடரைப் பற்றி சின்ன பத்தி எழுதத் தான் நினைத்திருந்தாள். ஆனால் திலீப் கன்னாவைப் பார்த்தபின் அதை ஞாயிற்றுக்கிழமை வரும் விசேஷ அங்கத்தில் அரைப்பக்கக் கட்டுரையாக எழுதத் தீர்மானித்தாள். அவன் மற்றவர்களைப் போல சினிமா மோகத்தில் எதையும் செய்பவன் அல்ல. அவனிடம் சரக்கு இருந்தது. தெளிவு இருந்தது.

தனக்கான பாதை எது என்பது அவனுக்குத் தெரிந்திருந்தது. கண்களை உருட்டும் வில்லனிடம் உதைவாங்கி, உதை கொடுக்க அவன் தயாராக இல்லை. அதற்கான உடல்வாகும் தனக்கில்லை என்றான்.

அவள் கட்டுரைக்கு நல்ல வரவேற்பு இருந்ததில் தொலைக் காட்சித் தொடரில் அவன் நடித்த பாத்திரத்துக்கு வலு கூடியது. அவளுடன் வேலை செய்பவர்கள் வியக்கும்படி அவள் காரியாலயத்துக்கு ஒரு மாலை வந்து அவளை வெளியே வர முடியுமா என்று கேட்டான். போனாள். தாஜ்மஹால் ஹோட்டலுக்குக் கூட்டிப் போனான். கடலைப் பார்த்துக் கொண்டே தேநீர் அருந்துவதற்கு ஏற்ற இடம் ஒன்றைப் பதிந்திருந்தான் முன்கூட்டியே. படம் ஒன்றில் நடிக்க அவனை ஒப்பந்தம் செய்து முன்பணம் தந்திருந்தார்கள் என்பது பிறகு தெரிந்தது. அதற்காகத்தான் அந்தச் சிறிய கொண்டாட்டம் அவளுடன். தன்னை மட்டும் அந்தக் கொண்டாட்டத்திற்கு அழைத்ததற்குக் காரணம் தான் எழுதிய கட்டுரையா வேறு ஏதாவது காரணமும் உண்டா எனக் கேட்டாள்.

திலீப் சிரித்தான்.

ஒரு ஐந்துவைத் திருப்பிப் போடும்போது அதன் மெல்லிய தோலால் ஆன தெள்ளத் தெரியும் அடிப்பாகத்தில் உடல் முழுவதும் ஓடும் ரத்த நாளங்களும் மற்ற உறுப்புகளின் நிழல் களும் தெளிவாகத் தெரியும். அவைதாம் அந்த ஐந்து. சினிமா வும் ஒரு ஐந்துதான். அதைத் திருப்பிப் போடும்போதுதான் தெரிகிறது குறுக்கும் நெடுக்குமாக ஓடும் அதன் ரத்த நாளங்கள். அந்தரங்க உறுப்புகள். அந்த ஐந்துவுடன் தனக்கு ஏற்ற முறையில் மட்டுமே அவன் சினேகம் பூணக் காலமாயிற்று. அதன் பின் கிடைத்த முதல் படம். அதனால்தான் அவளுடன் அதைக் கொண்டாட இந்த ஏற்பாடு. அவனுக்குக் கிடைத்த இந்தச் சிறு வெற்றியில் அவளுக்கும் பங்குண்டு.

அந்த மாலை அவன் தன் எதிர்காலம் பற்றி நம்பிக்கை யுடன் பேசினான். டில்லி தர்யாகஞ்சில் கார்களும் பேருந்து களும் வண்டிகளும் ஜனங்களும் கடைகளுமாய் நிரம்பி வழிந்த நெரிசலான முக்கிய வீதியில் கீழே கடையும் மேலே வீடுமாய் இருந்த அவன் தந்தை பற்றி முதன்முறையாகக் கூறினான்.

தேசப் பிரிவினையின்போது சின்ன பையனாய் டில்லிக்கு வந்தவர். அகதி முகாம்களில் வரண்ட ரொட்டிகளுக்காய் போட்டிபோட்டவர். பெற்றோர்களும் தங்கை தம்பிகளும் தன் பொறுப்பு எனக் கருதி, முகாமிலிருந்து வெளியே வந்ததும்

தன் தந்தையுடன் கடுமையாக உழைத்தவர். எப்போதாவது அதிகம் குடித்துவிட்டால், 'எல்லாம் போச்சே' எனக் கதறிய தந்தையை, 'பிதாஜி, நம் குடும்பத்தில் ஒருவருக்கும் ஒன்றும் ஆகவில்லை. அம்மா, தங்கைகள், அத்தைகள் யாருக்கும் எந்தத் தீங்கும் நேரவில்லை. அதற்கு சந்தோஷப்படுவோம்' என்று சமாதானம் செய்தவர். இந்த தர்யாகஞ்ச் கடையும் வீடும் அவர்கள் இருவரின் சளைக்காத உழைப்பின் பலன்.

அம்மாவுக்கும் தங்கைகளுக்கும் அத்தைகளுக்கும் ஒரு தீங்கும் நேரவில்லை என்று அவர் தன் தந்தையைச் சமாதானப் படுத்தியதாகச் சொன்னதன் பொருள் பல ஆண்டுகளுக்குப் பின் ஸஃத் ஹாஸன் மன்டோவின் கதையைப் படித்தும்தான் அவனுக்குப் புரிந்தது. அந்தக் கதை அவளுக்குத் தெரியுமா?

அவளுக்கு நினைவில்லை.

'கோல்தோ' என்ற கதை. ஒரு தந்தையும் அவர் சின்ன பெண்ணும் ஒரு ரயில் நிலையக் கூட்டத்தில் இடிபட்டபடி நிற்பார்கள். ஒரு கட்டத்தில் அவர் பிடி நழுவிவிடும். அவள் எங்கேயோ இழுபட்டுப் போய்விடுவாள். அவர் கையில் அவள் துப்பட்டா மட்டும் இருக்கும். அவர் பதைபதைத்து 'ஸாகியா ஸாகியா' எனக் கதறியபடி அலைவார். எல்லோருக்கும் உதவும் குழு ஒன்று அவருக்கும் உதவுவதாகக் கூறும். அவருக்குத் தெரியாது அந்தக் கும்பல்தான் அவர் பெண்ணை நிதமும் வன்புணர்ச்சி செய்துகொண்டிருந்தது என்பது. கடைசியில் ஒரு மருத்துவக் கூடாரத்தில் மயங்கிய நிலையில் அவளைப் பார்ப்பார். கூடாரத்தினுள் விசிறிகள் இல்லாததால் ஒரே புழுக்கமாக இருக்கும். காற்று உள்ளே வருவதற்காகக் கூடாரத் தின் துணி சன்னலைத் திறந்துவிடு என்பார் டாக்டர். சற்று உரக்கவே திறந்துவிடு என்பார். மயங்கிய நிலையில் இருந்த அந்தச் சிறுமியின் கை மெல்ல மேலெழுந்து தன் பைஜாமாவின் முடிச்சை அவிழ்க்க முயலும் தன் உடலைத் திறந்து காட்ட. 'என் பெண் உயிரோடு இருக்கிறாள்' என்று சந்தோஷத்தில் கூவுவார் தந்தை. அவள் உடலைப் பரிசோதித்திருந்ததால் அவள் அனிச்சைச் செயலின் அர்த்தத்தைப் புரிந்துகொள்ளும் டாக்டருக்கு வேர்த்துக்கொட்டும். 'கோல்தோ' என்பது திறப்பதற் கும் அவிழ்ப்பதற்கும் பொதுவான சொல். அவளுக்குத் தெரியுமா?

அவள் ஹிந்தி அவ்வளவு மோசமல்ல. இப்போது அவன் கூறியதும் டில்லிக் கலைஞர் மாயாராவ் இந்தக் கதையை வைத்துச் செய்த நவீன நாடகம் ஒன்று நினைவுக்கு வந்தது அவளுக்கு.

திலீப் மெல்ல அழுதுகொண்டிருந்தான். அவன் பாட்டிக்கும் அத்தைகளுக்கும் அப்பாவின் குடும்பப் பெண்களுக்கும் ஒன்றும் ஆகவில்லை. எவ்வளவு பெரிய ஆபத்திலிருந்து அவர்கள் தப்பித்திருந்தார்கள்! காணாமல்போன எத்தனை பெண்கள் அந்தப் பிரிவினையில்! அவளுக்குப் புரியாது. பிரிவினையின் கோரமும் குரூரமும் தென்னிந்தியாவைப் பாதிக்கவில்லை.

அது உண்மைதான். ஆனால் அவள் சிறுமியாக இருந்தபோது படித்த ஒரு கதை நினைவுக்கு வந்தது. 'கலைமகள்' பத்திரிகையில் என்று நினைவு. ஒரு தென்னிந்தியத் தம்பதி பிரிவினைக் காலங்களில் சிக்கிக்கொண்டு பிரிக்கப்பட்டு விடுவார்கள். கணவன் அவளைத் தேடியபடி இருப்பான் அவள் புகைப்படத்துடன். அவள் திக்கற்ற பெண்களின் ஆசிரமம் ஒன்றில் இருப்பது தெரியவரும். அங்கே போய்ப் பொறுப்பாளரிடம் புகைப்படத்தைக் காட்டி விசாரித்து, அவள் அங்கு இருப்பது தெரிந்ததும் மகிழ்ந்துபோய் அவளைக் கூட்டிச் செல்ல வேண்டும் என்பான். அவளை அனுப்புவதாகக் கூறி அவர் போவார். அவள் மெல்ல வரவேற்பறையினுள் வருவாள். அவன் அவளைப் பார்ப்பான். அவள் நிறை கர்ப்பிணியாக இருப்பாள். அவன் தடுமாறியபடி வெளியே போய்விடுவான். அவள் கர்ப்பிணியாக இருந்தால் என்ன, அவளை அவன் ஏன் கூட்டிப் போகவில்லை என அம்மாவைக் கேட்டதும் நினைவில் இருந்தது. 'உனக்குப் புரியாது' என்றாள் அம்மா.

'திலீப், கம் ஆன். நல்ல வாய்ப்பு வந்திருக்கிறது. சியர் அப்' எனக் கூறினாள்.

அவன் தந்தைக்கு இவனிடம் பெருத்த ஏமாற்றமாம். தன் வியாபாரத்தில் அவன் கைகொடுப்பான், அதைப் பெருக்குவான் என்று நம்பியவருக்கு இவன் தேசிய நாடகப் பள்ளியில் சேர்ந்தது பலத்த அடியாம். அதற்குப் பின் அவனிடம் பேசுவதையே குறைத்துக்கொண்டாராம். வெகுநேரம் அந்தச் சந்திப்பின்போது பேசினார்கள். அதற்குப் பிறகு பாட்டும் சண்டைகளும் இல்லாத மாற்றுப் படங்கள் இரண்டு மூன்றில் நடித்ததில் அவன் பிரபலமாகிவிட்டான். மூன்றாண்டுகள் தொடர்பே இல்லாமல் போயிற்று. இப்போது அவன் அழைப்பு.

பேசினாள்.

'என்ன விஷயம் திலீப்? என் நினைவுகூட இருக்கிறதா?'

'வேலை அதிகம் சுமதி. ஸாரி' என்றான்.

'எல்லாம் நல்லபடியாக போய்க்கொண்டிருக்கிறதா?'

எல்லாம் எந்தத் தடங்கலும் இல்லாமல் சீராகப் போய்க் கொண்டிருந்தனவாம். கடைசி மூன்று படங்களுக்கும் நல்ல வரவேற்பு இருந்ததால் மும்பாயில் கால்கள் ஊன்றியாகிவிட்ட தாம். நான்காம் படம் ஒப்பந்தம் ஆகிவிட்டதாம். யாரி தெருவில் இரண்டு படுக்கை அறைகள் கொண்ட வீடு வாங்கிவிட்டானாம்.

அதற்காக ஏதாவது பார்ட்டியா எனக் கேட்டபோது, அது அப்புறம்தான் என்று சொல்லிவிட்டு, அதற்கு முன் ஒரு பயணம் இருப்பதாகவும் அவளும் உடன் வர வேண்டும் என்றும் கூறினான். டில்லிக்குப் போகிறானாம் அவன் வீட்டுக்கு, இத்தனை ஆண்டுகளுக்குப் பிறகு. அவளும் கூட வந்தால் தனக்கு மகிழ்ச்சியாக இருக்கும் என்றான். சற்றுத் தயக்கமாக இருக்கிறதாம்.

சிறிது யோசித்துவிட்டு அவள் ஒப்புக்கொண்டாள். விமான டிக்கெட்டுகள் ஏற்பாடு செய்திருந்தான்.

டில்லியில் இறங்கியதும் ஒரு டாக்ஸியில் ஏறி, தர்யாகஞ்ச் நோக்கிப் போனார்கள். அவன் தந்தையின் கடைக்கு முன்னால் வண்டி நின்றது. இறங்கி விடுவிடுவென்று போய் அவர் காலைத் தொட்டு வணங்கிவிட்டு, மேலே போவதாகக் கூறிவிட்டு, அவளுடன் பக்கத்திலிருந்த மாடிப்படியில் ஏறினான். மேலே வீட்டில் அழைப்பு மணியை அடித்ததும் கதவைத் திறந்த அவன் அம்மா ஆச்சரியத்தில் கூவினாள். இறுக அணைத்துக் கொண்டாள். இவளை அறிமுகப்படுத்தியதும், 'ஆயியேஜி' என வரவேற்றாள். அவன் முகத்தைத் தடவித் தடவித் தந்தாள். அவன் இளைத்துவிட்டான் என்றாள். அவள் கையால் செய்த உருளைக்கிழங்கு பரோட்டா சாப்பிடாததால்தான் இளைப்பு என அவன் கூறியதும் சிரித்தாள். அவன் கன்னத்தில் தட்டினாள் செல்லமாக.

'மாஜீ, சாய் எல்லாம் கிடையாதா?' என்றவுடன், 'ஏன் இல்லாமல்?' எனச் சொல்லிவிட்டு உள்ளே ஓடினாள்.

கீழே தெருவில் ஏதோ பெருத்த கூச்சல் கேட்டது. 'ஸாப்ஜீ, தலீப் கன்னாவை ஒரு நிமிஷம் வராந்தாவுக்கு வரச் சொல்லுங்க' என யாரோ ஹிந்தியில் உரக்கச் சொன்னது கேட்டது. 'தலீப் கன்னா பாஹர் ஆவ்' என்ற கூவல் கேட்கத் தொடங்கியது. தலீப் மெல்ல வராந்தா பக்கம் போனான். அவன் பின்னால் கதவின் பக்கம் நின்றுகொண்டிருந்த அவளுக்குக் கீழே தெருவில் ஒரு பெரிய கூட்டம் கூடியிருந்தது தெரிந்தது. முதல் மாடியை நோக்கியபடி நின்றுகொண்டிருந்தது கூட்டம். சிலர் வண்டி களை நிறுத்திவிட்டு மேலே பார்த்தபடி இருந்தார்கள். பள்ளிக்குப்

அம்பை

போய்க்கொண்டிருந்த சிறுமிகள் முதுகில் பைகளுடன் ஆவலுடன் மேலே பார்த்தார்கள். சில இளம் யுவதிகளும் கூட்டத்தில் இருந்தார்கள். வண்டிகளின் ஓட்டம் தடைபட்டுப் போயிருந்தது. போக்குவரத்துப் போலீஸ் ஒருவரும் கூட்டத்தில் கலந்துபோயிருந்தார். திலீப் வராந்தாவை எட்டியதும் 'திலீப் கன்னா, திலீப் கன்னா' என்னும் கூச்சல் எழுந்தது. அவர்கள் பயணத்தின்போதும் பலர் திலீப்பை அடையாளம் கண்டு கொண்டிருந்தார்கள். ஆனால் இப்படி ஒரு கூட்டம் வரும் என அவனே எதிர்பார்க்கவில்லை போலும். திலீப் மெல்லக் கை அசைத்து அவர்களுக்கு முகமன் கூறிப் பிறகு கைகுவித்தான். பிறகு மீண்டும் கையசைத்தபடி நின்றான். அவன் முகத்தில் ஓர் அதீத மலர்ச்சி இருந்தது. இரண்டு கைகளையும் ஆட்டி ஆரவாரித்த கூட்டம் பிறகு மெல்லக் கலைந்தது.

திலீப் திரும்பியபோது கதவருகில் அவன் தந்தை நின்று கொண்டிருந்தார் முகத்தில் வியப்புடன். அவர் கண்களில் நீர் பெருகியபடி இருந்தது. 'திலீப்...' என்று கூப்பிட்டார் தொண்டை அடைக்க. பிறகு தன் கைகளை விரித்தார். திலீப்பின் முகம் கனிந்தது. விரைந்துபோய் அவர் விரிந்த கைகளினுள் புகுந்துகொண்டான். அவனை இறுக அணைத்துக்கொண்டு, 'ஜுக் ஜுக் ஜியோ, ஜுக் ஜுக் ஜியோ. நீண்ட ஆயுளுடன் இரு' என்று திரும்பத் திரும்பக் கூறினார்.

இரு கைகளிலும் தேநீர்க் கோப்பைகளுடன் வந்த அவன் அம்மா அதைப் பார்த்தபடி நின்றாள்.

அவள் அருகில் போய்த் தன் புடவைத் தலைப்பால் கண்ணீர் நிரம்பிய அவள் கண்களை இவள் துடைத்துவிட்டாள். திலீப்புடன் வந்ததற்கு இவள் செய்யக்கூடிய உபயோகமான காரியமாக அது இருந்தது.

○ ○ ○

பயணம் 19

ஸலூகி என்பது அரபு நாடுகளில் மட்டுமே பார்க்கக்கூடிய உயர்சாதி நாய். நாடோடி இனக் குழுக்களின் நாய். வேட்டை நாய். மிகவும் பழங் காலத்திலிருந்தே இருந்த நாய். எகிப்திய ஃப்ரோவாக் களுடன் சில சமயம் புதைக்கப்பட்ட நாய். பழைய பைபிளில் குறிப்பிடப்பட்டிருக்கும் நாய். எப்போதோ படித்தது. மற்றபடி வீட்டில் வளர்ந்த அல்சேஷன் தவிர நாய்களைப் பற்றி அதிகம் தெரியாத அவளுக்குச் சில நாய் அனுபவங்கள் ஏற்பட்டன. ஸலூகி அனுபவம் சிகாகோ பயணத்தில். அதற்கு முன்பு கோல்டன் ரிட்ரீவர் அனுபவம். ஆஸ்லோ வில்.

குரல் வளத்துக்காகக் குழந்தை நாக்கில் ஒரு துளி கோரோஜனை தடவுவது அவர்கள் வீட்டு வழக்கம். இவள் அழ ஆரம்பித்தால் ஊரையே கூட்டுமாம் குரல். கோரோஜனை அதிகமாகி விட்டது என்று முணுமுணுத்தார்கள் குடும்பத் தினர். பாடும்போது ஐந்தரைக் கட்டையில் அநாயாசமாக உச்சஸ்தாயியை எட்டும் குரல். ஆனால் காதலர்களை நடுங்கவைக்கும் குரல். ரகசியம் பேசத் தெரியாத குரல். உரத்த சிரிப்பு. ஒலிபெருக்கி தேவை இல்லாத குரல்.

இதை அறியாத கேரளத்து நண்பன் ஒருவன் மற்ற மாணவர்களுக்குத் தெரியக் கூடாதென ரகசியக் குரலில் மலையாளத்தில், 'எண்டே முறிக்கு வருன்னோ?' என்று கேட்க, அவனிடம் அவள்

ஒருமுறை பேசிக்கொண்டிருந்தபோது, தான் வெளிநாட்டிலிருந்து க்ருண்டிக் டேப்ரிகார்டர் வாங்கிவந்திருப்பதாகக் கூற, அவன் தனக்கு எப்போதாவது அதைத் தர முடியுமா எனக் கேட்டது நினைவுக்கு வர, அது ரிப்பேருக்காகப் போயிருந்தது ஞாபகம் வந்தது.

'ஐயோ, ஸாரி கோபால், அது ரிப்பேருக்குப் போயிருக்கிறது' என்றாள் தன் வழக்கமான குரலில்.

'அதல்லா, அதல்லா. எண்டே முறிக்கு...' அவன் விடா முயற்சியுடன் கேட்டான்.

'என்னது, உன் ரூமுக்கா?' எனக் கேட்டாள் ஆங்கிலத்தில். சாதாரணமாகத்தான் கேட்டாள்.

எல்லோரும் திரும்பிப் பார்த்தார்கள்.

கோபால் பின்வாங்கினான். அதன் பிறகு நண்பர்கள், 'என்ன ரிப்பேரா?' என்று கேலி செய்ய ஆரம்பித்தார்கள்.

அதிலிருந்து யாருக்கும் இவளைத் தங்கள் முறிக்குக் கூப்பிடும் துணிச்சல் வரவில்லை என்பது வேறு விஷயம்.

ஆஸ்லோவில் நார்வீஜியர்கள் எதையும் முணுமுணுப்பாகப் பேசினார்கள். கிசுகிசுவென்று எதையும் விளக்கினார்கள். பருவ நிலை மாறியதால் காதடைத்துப்போய்விட்டதோ என்று முதலில் ஐயம் ஏற்பட்டது. பிறகுதான் அது அவர்கள் பேசும் முறை எனத் தெரிந்தது.

பெண்ணியவாதிகளின் கருத்தரங்கில் வெளியில் இருந்து வந்த பலரை ஆஸ்லோவில் இருந்த பல குடும்பங்களுடன் தங்கவைத்தார்கள்.

சூரியன் அஸ்தமிக்காத காலம் அது. இரவு இரண்டு மணிக்குக்கூட வானம் வெளிறித் தெரிந்தது. நார்வீஜியக் குடும்பத்தினரின் வீட்டில் இருந்தது அந்தக் கோல்டன் ரிட்ரீவர். ஒரு பெரிய ஸோபாவில் உட்கார்ந்துகொண்டு இருந்தது. வைனும் பேச்சும் கவிதை வாசிப்புமாய்ப் பொழுது ஓடிக் கொண்டிருந்தது. இரவில்கூட வெளிச்சம் இருந்ததைப் பற்றி உற்சாகமாகப் பேசிக்கொண்டிருந்தாள்.

தொப்பென்று குதித்தது நாய் ஸோபாவிலிருந்து.

இவள் புறம் பார்த்துவிட்டு மெல்ல நடந்து தோட்டத்தின் பக்கம். மிகவும் நிதானமாக எல்லோர் கவனத்தையும் ஈர்க்கும் படியாக அதைச் செய்தது அந்த நாய்.

'என்ன ஆயிற்று இதற்கு?' என்றாள்.

உஸ்பிஸ்ஸென்று எதோ பதில் வந்தது. புரியவில்லை. 'மன்னியுங்கள். மீண்டும் சொல்ல முடியுமா?' என்றாள்.

சற்று முன்னால் வந்து, 'அதுக்கு இவ்வளவு சத்தம் பழக்கமில்லை. அதுக்குச் சத்தம் பிடிக்காது' என்றாள் அந்த வீட்டுப் பெண்மணி.

'சத்தமா? என்ன சத்தம்?'

'இல்லை, நீ பேசியது...' என இழுத்தாள். அவள் கணவரும் காதுவலி வந்தவர்போல் தன் செவிகளைத் தடவிவிட்டுக் கொண்டார்.

கூட இருந்த நிருபமா பிறகு கடிந்துகொண்டாள்.

'கொஞ்சம் தாழ்ந்த குரலில் பேசக் கூடாதா ஐமுனா? எப்போதும் சிவாஜி கணேசன் குரலில்தான் பேச வேண்டுமா என்ன?'

'ஏய், சிவாஜி கணேசனை எதற்கு இழுக்கிறாய்?'

'பின்னே? தாழ்ந்த குரலில் பேசுவதுதான் நாகரிகம் தெரியுமா? இப்படி அலறினால், பாவம் நாய்க்குக்கூடத் தாங்கவில்லை.'

கொஞ்சம் கஷ்டமாக இருந்தது.

மறுநாள் கோல்டன் ரிட்ரீவரைத் தனியாகப் பார்த்தபோது, அதன் முன்னால் அமர்ந்து, தன் கோரோஜனைக் கதையைக் கூறினாள். பிறகு அது கேட்டுக்கொண்டது எனத் தெரிந்ததும் மேலும் கூறினாள்.

'இதோ பார் தங்கமே, எங்க பண்பாடு வேற. நல்ல வெய்யில் எங்கள் குரலை இளக்கியிருக்கு. வெய்யில்ல கத்திப் பேசுவோம். குளிர்ல குளிரைத் தாங்கிக்கக் கத்திப் பேசுவோம். வசந்த காலத்துல உற்சாகமாக் கத்திப் பேசுவோம். இலையுதிர் காலத்துல மொட்டை மரங்களைப் பார்த்தபடி கத்திப் பேசுவோம். பொது டெலிபோன்ல ஊரைக் கூட்டும்படி குசலம் விசாரிப்போம். இருபதடி தூரம் இருப்பவரை இங்கிருந்தே கூப்பிட்டுக் கதை பேசுவோம். ஐந்தடி தூரத்தில் இருப்பவருடன் வாழ்க்கைக் கதையைப் பகிர்ந்துப்போம். கோபம், காதல், காமம், பிறப்பு, சாவு எல்லாமே சத்தத்தோடுதான். கொண்டாட்டங்கள், கோலாகலங்கள் எல்லாமே சத்தம் போட்டுத்தான். கார், பஸ் இரைச்சலை மீறிச் சத்தமாப் பேசுவோம் நகரத்துல இருக்கிறவங்க. எங்களுக்குள் ரகசியமே

கிடையாது. மௌனமே கிடையாது எங்களுக்கு. நீ புரிஞ்சுக்கணும். நீ ஐரோப்பிய நாய். உனக்கு எங்களைப் பற்றித் தெரியாது' என்றதும், கோல்டன் ரிட்ரீவர் சற்று அன்புடன் பார்த்தது. அதன் பிறகு அவள் அறைக்குள் நுழைந்ததும் மரியாதையாக வெளியேறியது.

அது எப்போதும் அப்படி நடந்து கொண்டதில்லை அதன் உடல்நலம் கெட்டுவிட்டதோ என்று கவலைப்பட்டார்கள் நார்வீஜியக் குடும்பத்தினர்.

கடைசிவரை கோல்டன் ரிட்ரீவர் அவளை ஏற்கவில்லை. அவள் சென்ற பின் சில நாட்கள் அங்கு தங்கிய நிருபமா பிறகு அவளுக்குக் கடிதம் போட்டாள்:

'எல்லோர் வாழ்க்கையையும் நீ பாதித்துவிட்டாய் ஜமுனா. நல்ல முறையில் என்று நினைத்துப் பூரித்துவிடாதே. எப்படிப் பாதிக்கக் கூடாதோ அப்படி. நீ போன பிறகுதான் இந்த வீட்டில் இருப்பவர்கள் சரியாக மூச்சுவிட்டு இயல்பாக இருக்க ஆரம்பித்தார்கள். எங்கெங்கோ போய்ப் பதுங்கிக்கொண்டிருந்த நாய் வெளியே வர ஆரம்பித்தது. ஒரு நாள் எழுந்தபின் சன்னலருகே நின்றுகொண்டு பாட வேறு செய்தாயாமே? சொன்னார்கள். உன் சன்னலுக்குக் கீழ்தான் அவர்கள் படுக்கை யறை. அடுத்த அறையிலிருந்த எனக்குக் கேட்கவில்லை. அவர்கள் அலறிப்புடைத்துக்கொண்டு எழுந்தார்களாம் . . .'

ஆமாம். சூரியன் அஸ்தமிக்காத காலங்களில் இரவு என்னும் உணர்வு வர வேண்டும் என்பதற்காக சன்னலுக்கு இடப்பட் டிருந்த கனத்த திரைச்சீலையை ஒரு நாள் காலையில் விலக்கிய போது சாம்பலும் நீலமுமாய் ஒரு பறவை சன்னலருகில். சன்னலைத் தொட்டபடி மரக்கிளை ஒன்று. வெறிச்சோடிய வீதிகள். உறைந்த நீராய் மௌனம். அவளுக்கு ஏன் அனந்த லக்ஷ்மி சடகோபன் நினைவுக்கு வந்தார் எனத் தெரியவில்லை. அவர் பாடிய 'கான மழை பொழிகின்றான் கண்ணன்' என்ற அம்புஜம் கிருஷ்ணாவின் பாடல் மனத்தில் உதித்தது. உரக்கப் பாடினாள் அனுபவித்து. தலையை ஆட்டிக் கையை வீசிப் பாடியபிறகு பார்த்தபோது, கோல்டன் ரிட்ரீவர் கதவருகே நின்றுகொண்டிருந்தது. அதன் கனத்த வால் பின்னங்கால்கள் இடையே இருந்தது. அதன் உடல் மெல்லப் பதறியபடி இருந்தது. அவள் திரும்பிப் பார்த்ததும் சோர்வுடன் நகர்ந்தது. படிகளின் கீழே அந்த வீட்டுப் பெண்மணி இரவு உடையுடன் முகம் வெளிற நின்றுகொண்டிருந்தாள்.

'பாடிக்கொண்டிருந்தேன்' என்று விளக்கினாள். அதையா குறிப்பிடுகிறாள் நிருபமா?

ஸூூூகியைப் பார்த்தது சிகாகோவில். இந்திய நாட்டை ஒட்டிச் செய்த பெரிய விழா ஒன்றில் பங்குபெற அழைக்கப் பட்டிருந்த குழுவில் இவளும் இருந்தாள். இந்திய நாட்டு மேம்பாட்டில் பெண்கள் பற்றிப் பேச. அவளுடன் மிகவும் பெயர்போன பெங்காலி எழுத்தாளர் ஒருவரும் ஹிந்தி எழுத்தாளர் ஒருவரும் அந்தக் குழுவில் இருந்தார்கள். பல முறை வெளிநாட்டுக்குக் குழுக்களுடன் போனவர்கள் போலும். அலட்சியமாக இருந்தார்கள் மாப்பிள்ளை வீட்டார்போல. பெங்காலி இலக்கியமும் ஆங்கில இலக்கியமும் தெரிந்து விட்டால் வேறு எந்த மொழி பற்றியும் அறிந்துகொள்ள வேண்டிய தேவையில்லை என நினைத்தார் எல்லோரும் மதித்த பெங்காலி எழுத்தாளர். அவரைக் கண்ட பெங்காலிகள் சிகாகோ தெருவில்கூட அவர் காலைத் தொட்டுக் கும்பிட்டார் கள். 'பல செம்மொழிகள் இந்தியாவில் உண்டு. ஆனால் ஹிந்தி இலக்கியம்போல் எதுவும் இல்லை' என அடித்துக் கூறினார் ஹிந்தி எழுத்தாளர். இவள் தமிழ்நாட்டைச் சேர்ந்தவள் எனத் தெரிந்ததும், 'தமிழில் ஓர் எழுத்தாளரை எனக்குத் தெரியும். ஜெ என ஆரம்பிக்கும் பெயர்' என்று இழுத்தார் பெங்காலி எழுத்தாளர்.

'ஜெயகாந்தன்' என்றாள்.

'ஆமாம், ஆமாம். அவருக்கப்புறம் எழுதுகிறார்களா யாராவது?'

'அவருக்கு முன்னாலேயும் பின்னாலேயும்கூட எழுத்தாளர் கள் உண்டு. ஜெ என ஆரம்பிக்கும் இன்னொரு எழுத்தாளர்கூட உண்டு.'

'அப்படியா?' என்று ஆச்சரியப்பட்டார்.

ஹிந்தி எழுத்தாளர் அவர் பங்குக்குத் தன் கதைகள் உலகத் தரம் வாய்ந்தவை என்பதில் உறுதியாக இருந்தார். எழுத உட்கார்ந்தவுடன் அவர் பேனாவில் ஒரு சக்தி பிறப்ப தாகக் கூறினார். தற்போது அது அவர் கணினித் திரைக்கு மாற்றப்பட்டிருக்கும் என்று நினைத்துக்கொண்டாள். அந்தச் சக்தி பிறந்ததும் அவரை மீறி எழுத்து நிகழ்வதாகவும் கூறினார். வானத்தின் மேகங்கள், கொட்டும் அருவி, கூவும் குயில்கள், இரையும் கடல் எல்லாமே தனக்குக் கதைகளைச் சொல்கின்றன என்றார்.

பெங்காலி எழுத்தாளர் இடையிடையே நகைச்சுவையாக வும் பேச முயன்றார். 'மொழியாக்கம் என்பது ஒரு வைப்பாட்டி யைப் போல' என்றதும் பலர் கையைத் தட்டினார்கள். அத்தனை பேர்களும் வைப்பாட்டி பற்றி அறிந்தவர்கள்போலும்.

அம்பை

இதற்கிடையேதான் இந்தியத் தூதரகத்தின் உயர் அதிகாரி வீட்டிலிருந்து சாப்பாட்டுக்கான அழைப்பு வந்தது. குழு மொத்தமும் போயிற்று. குழுவின் தலைவரான பெங்காலி எழுத்தாளர் எல்லோரையும் அறிமுகம் செய்தார். இவள் முறை வந்ததும், 'இவள் மதராஸி. மேம்பாடு பற்றியும் பெண்கள் பற்றியும் நிறையப் பேசுவாள்' என்றார். அவள் பெயரைக் கூற மறந்து விட்டார். இவள் தன் பெயரைக் கூறித் தன் பல்கலைக்கழகத்தின் பெயரையும் கூறினாள். தூதரக உயர் அதிகாரி பெங்காலிக்காரர். அவர் காதில் எதுவும் விழவில்லை. அவர் பெங்காலி எழுத்தாளரையும் ஹிந்தி எழுத்தாளரையும் தோள்களில் கைபோட்டு அழைத்துச் சென்றார்.

அனைவரும் சிறு சிறு குழுக்களாய்ப் பிரிந்து போய்ப் பேசிக்கொண்டிருந்தார்கள். மூலையில் குடிவகைகள் இருந்த மேசைக்குப் போய் ஒரு பெரிய கண்ணாடிக் குவளையில் தனக்கான மதுவைத் தயார் செய்யப் பணித்தாள். அந்த மாலையைக் கடக்க அது இல்லாமல் முடியாது எனத் தோன்றியது. கையில் குவளையுடன் நீண்ட அறையின் மறு கோடியிலிருந்த ஸோபாவை நோக்கிச் சென்றாள். ஸோபாவில் அமர்ந்ததும் காலடியில் ஏதோ தட்டுப்பட்டதுபோல் இருந்தது. கீழே பார்த்தபோது ஸோபாவின் அடியிலிருந்து ஒரு பழுப்பு நிற நாய்க்குட்டி வெளியே வந்தது.

'ஸர் இதற்கு முன்னால் ஸுடானில் இருந்தார். அங்கேயிருந்து கொண்டுவந்தது இது. ஸலூகி சாதி. உயர்சாதி. ஸலூகின்னே கூப்பிடுகிறோம்' என்று விளக்கினார் பானங்களை விளம்பிக்கொண்டிருந்தவர்.

ஸலூகியைப் பார்த்தாள். அதுவும் இவளைப் பார்த்தது. தலையைத் தடவித் தந்தாள். தலையைச் சாய்த்துச் சாய்த்துக் காட்டியது. முக்காலியில் இருந்த முந்திரிப் பருப்பு, உருளைக் கிழங்கு வறுவல், நிலக்கடலை, கோழி, இறைச்சி இட்டு வறுத்த சிறு உருண்டைகள் இவற்றை உயர்சாதி நாய்க்குத் தரலாமா என்று தெரியவில்லை. ஆனால் இவள் சாப்பிட்டபோது தனக்கும் தர வேண்டுமென முனகியது. தன் நாட்டை விட்டு வேற்று நாட்டுக்கு வந்த பிராணி பாவம். குட்டி நாய். அதற்குத் தந்தாள் முந்திரிப் பருப்பையும் மற்றவற்றையும். ரசித்துச் சாப்பிட்டது. தன் உடலை அவள் காலில் தேய்த்தது.

குவளையில் பாதியைக் குடித்து, சிறிது சிற்றுண்டியும் சாப்பிட்டு முடித்ததும் ஸலூகியிடம் தன்னைப் பற்றிக் கூறினாள். அவள் இருந்த மூலையில் அவளும் ஸலூகியும்தான். அதனிடம் அவர்கள் வீட்டிலிருந்த அல்சேஷன் லில்லி பற்றிக் கூறினாள்.

ஒரு கறுப்புச் சிலந்தியுடன் ஓர் இரவு

அது சின்ன குட்டியாக வந்து அம்மா மடியில் படுத்தது பற்றிக் கூறினாள். அதற்கு வலிப்பு வரத் தொடங்கியது பற்றிக் கூறினாள். அதற்கு வலிப்பு வந்து முடிந்ததும் உடலில் அழுத்தித் தடவ வீட்டில் அம்மா பிராந்தி வைத்திருந்ததைக் கூறினாள். அம்மாவுக்கும் அப்பாவுக்கும் வயதாகி இவர்கள் எல்லாம் வேறு வேறு ஊர்களுக்குப் போனபின் கன்றுக்குட்டி அளவு உயரம் இருந்த லில்லியைச் சமாளிக்க முடியாமல் அல்சேஷன் நாய் வைத்திருந்த நெருங்கிய நண்பர் வீட்டுக்கு அம்மா லில்லியை அனுப்பியதைக் கூறினாள். தட்டு நிறைய பசும்பால் குடிக்கத் தந்து, குங்குமம் இட்டு, கணவன் வீட்டுக்குப் போகும் பெண்ணைப் போல் அனுப்பினாள் என்று சொன்னாள் ஸலூகியிடம்.

ஸலூகி செவிகளை உயர்த்திக் கேட்டபடி இருந்தது. அவர்கள் ஊரிலும் கிசுகிசுக்காமல் பேசுவார்கள் போலும். பிறகு அந்தப் பெரிய ஸோபாவில் ஏறி அவள் மடியில் தலையை வைத்துப் படுத்தது.

சாப்பாடு எல்லாம் முடிந்து கிளம்பியபோது அந்த மூலையைப் பார்த்தாள். ஸலூகி நல்ல உறக்கத்தில் இருந்தது. அரபுக் கனவுகள் கண்டபடியோ என்னவோ.

'எங்கே போய்விட்டீர்கள் ஜமுனா? கண்ணில் படவே இல்லையே?' என்றார் ஹிந்தி எழுத்தாளர். பெங்காலி எழுத்தாளரும் ஆமோதித்தார். 'நானும் பார்த்தேன். கண்ணில் படவில்லை.'

'ஸலூகியிடம் பேசிக்கொண்டிருந்தேன்' என்றாள்.

ஸலூகி யார், கலாசாரக் குழுக்களை அனுப்புவதில் முக்கிய நபரா அல்லவா, என்ன பேசினாள் ஸலூகியிடம் என்பதை அவர்கள் யூகத்துக்கே விட்டுவிட்டாள்.

O O O

அசர மரணங்கள்

அவள் முகம் மட்டுமே மற்றவர்களுக்குத் தெரிய மேடைப் பீடங்கள் அருகே நின்றுகொண்டு பேச அவளை அழைக்கும்போதெல்லாம் அவளுக்கு அம்மாவும் அவள் வீணையும்தான் நினைவுக்கு வரும். அம்மாவுக்கும் அவளைப் பெற்ற பாட்டிக்கும் கச்சலான தேகம். வளர்ந்தபின்கூட அம்மா ஐந்தடிக்கும் குறைவுதான். அவளுக்கு ஆறு அல்லது ஏழு வயது இருக்கும்போது தாத்தாவை நெல்லூருக்கு மாற்றினார்கள். பல ஊர்களில் தாத்தாவைப் போட்டார்கள். ஒவ்வொரு ஊருடனும் இணைந்து குடும்பக் கதைகள் உண்டு. சில ஊர்களில் குழந்தை கள் பிறக்கும். ஏதாவது பெண் குழந்தை வயதுக்கு வந்திருக்கும். ஒரு குழந்தை படி தாண்டியிருக்கும். வேறொன்றுக்குக் காதுகுத்தல் நடந்திருக்கும். சில குழந்தைகளுக்குச் சேர்த்து மொட்டை போட்டிருப்பார்கள் சில ஊர்களில். பத்து குழந்தை கள் உள்ள குடும்பத்தில் நிகழ்வுகளுக்கா பஞ்சம்?

நெல்லூரைப் பொறுத்தவரை அம்மாவின் மனத்தில் மேலெழும்பி உள்ள நினைவு கறுப்பு மரத்தில் கடைந்த அவள் வீணைதான். நெல்லூரில் தான் அம்மாவுக்கு வீணை சிட்சை ஆரம்பம். அங்கிருந்த வீணை ஆசாரியை வரவழைத்துத் தாத்தா அம்மாவைக் காட்டி, 'இவளுக்கு ஒரு வீணை பண்ண முடியுமா?' எனக் கேட்டாராம். அவர் அம்மாவைப் பக்கத்தில் கூப்பிட்டுத் தலையைத் தடவி, 'பொம்மை மாதிரி இருக்கு பொண்ணு' என்றாராம். ஒரு மாதத்தில் வந்தது வீணை. உட்கார்ந்து அம்மா மடியில் வைத்துக்

கொண்டால் அம்மாவின் முகம் மட்டும் தெரியுமாம். 'கொஞ்சம் பெரிதாகிவிட்டதே?' என்று தாத்தா சொன்னபோது, 'இந்தப் பொண்ணு ரொம்ப ரொம்ப வருஷங்கள் வாசிக்கப்போற வீணை இது. ரொம்ப வயசுவரை இவள் இருப்பாள். இந்த வீணைதான் இவளுக்குத் துணையா இருக்கும்' என்றாராம் ஆசாரி. முகத்தைப் பார்த்து ஒரு நபரின் வாழ்க்கை பற்றிச் சொல்பவராம் அவர். அவர் சொன்னதை அம்மா மறக்க வில்லை. அவள் முகம் மட்டும் தெரியும்படி அமர்ந்து அவள் வீணை வாசிக்கும் புகைப்படம் ஒன்றிருந்தது.

ஆறு வயது தொடங்கித் தாத்தா போன இடங்களுக் கெல்லாம் அம்மாவின் வீணை போயிற்று. ஸ்ரீவைகுண்டம், கோவில்பட்டி, சென்னை எனச் சுற்றியபின் பதினைந்தாம் வயதில் அம்மா அப்பாவின் வீட்டுக்குப் போனபோது மென் பட்டுச் சேலையில் சுற்றப்பட்டு வீணையும் போயிற்று. அப்பா வழிப் பாட்டியின் புருவம் உயர்ந்தது இதைப் பார்த்ததும். அம்மாவின் வீட்டுக் கூடத்தில் பளிச்சென்று கிடந்த அது புக்ககத்தில் கட்டிலுக்குக் கீழே புகுந்துகொண்டது. எல்லோரும் உறங்கியபின் அவளால் மீட்டப்பட.

பிறகு அப்பா சென்ற ஊர்களுக்கு எல்லாம் போயிற்று அம்மாவுடன். ஒவ்வொரு குழந்தையையும் அம்மா வீணையில் கூப்பிடுவாள். 'ஏ... கல்யாணீ...' என்று அக்காவைக் கல்யாணி ராகத்தில் கூப்பிடுவாள். 'ஏ...லலிதா...' என்று இவளை லலிதா ராகத்தில் கூப்பிடுவாள். சங்கராபரணத்தில் 'ஏ... சங்கர்...' என்று தம்பியை. ஏ பி ஸி டி ஈ எஃப் ஜி, ஜாக் அண்ட் ஜில் எல்லாம் வீணையில் வாசிப்பாள் இவர்கள் பள்ளியில் படித்தபோது. எல்லாம் பாட்டுதான்.

லல்லிக்குட்டி கல்யாணியே
சங்கரனே
சீக்கிரமா சாப்பிடணுமே
செல்லங்களே

என நிமிடத்தில் இட்டுக்கட்டிப் பாடுவாள். 'வீணையில வாசிம்மா' என்று கத்துவார்கள். வாசிப்பாள். இவள் குழந்தை யாக இருந்தபோது யாரோ, 'யாரை உங்கம்மாவுக்கு ரொம்பப் பிடிக்கும்?' என வேடிக்கையாகக் கேட்டபோது, இவள் மழலை யில் 'கப்பு வீணை' என்று சொன்னதைச் சொல்லிச் சிரிப்பாள்.

ஊரை விட்டு ஊர் போகும் ரயில் பயணங்களில் அம்மா வின் இடத்தில் அது படுக்கும். அம்மா பக்கத்தில் அமர்ந்து கொள்வாள் குடத்தை மடியில் வைத்துக்கொண்டு அதன்மேல்

அம்பை

கையைப் போட்டபடி. இவளுடைய அத்தைகள், 'ஒரு தாமரைப் பூ நடுவுல அவளை வெக்காத குறைதான். அப்படித் தாங்கறான் அவளையும் அவள் வீணையையும்' என்று பொருமுவார்கள் என்பாள் அம்மா.

ஒவ்வொரு தீபாவளிக்கும் வீணைக்கும் புது உறை போடுவாள். தந்தி மாற்றுவாள். அவள் அப்பாவுடன் ஏற்பட்ட ஏதோ பிணக்குக்குப் பின் பத்து வருடங்களுக்கு மேல் வீணை வாசிக்காமல் இருந்தபோதும் வீணைக்குத் தீபாவளிப் புது உறைகள் கிடைத்தன. உறையைக் கழற்றி வேறு உறை போடும் போது சுருதி சேர்ப்பாள். வீணையை மடியில் சாய்த்து, கையை நீட்டிப் போட்டு அதன் மேல் தலையை வைத்துக்கொள்வாள் சிறிது நேரம். ஸ்ரிங்...பப்ஸ்ஸாக என ஒன்றிணையா ஒலிகள் கேட்கும். எழுந்துவிடுவாள்.

அம்மாவும் அவள் தம்பியுமாய் ரேடியோவில் வாசித்து விட்டார்களாம். அதனால்தான் பிணக்கு. அப்பாவிடம் அனுமதி வாங்கவில்லையாம். பிணக்கு பிறகு சாதாரண நிகழ்வொன்றில் முறிந்தது. சங்கர் தன் பள்ளியிறுதித் தேர்வு முடிவு வந்ததும் அம்மாவிடம் கேட்ட பரிசு அவள் வீணை வாசிக்க வேண்டும் என்பதுதான்.

அம்மா வீணையின் உறையைக் கழற்றி, தந்திகளைத் தடவித் தந்தாள். வாசித்தாள். அப்பா ஒரு பெரிய கும்பிடு போட்டார் அவளுக்கு. சிரித்தாள்.

ooo

அப்பாவுக்கு நடுக்கு வியாதி வந்து காலைத் தேய்த்துத் தேய்த்து நடக்க ஆரம்பித்தபோது, அவர்கள் இருவரையும் கோயமுத்தூரிலிருந்து மும்பாய் அழைத்து வருவது எனக் குடும்பத் தீர்மானம் நிறைவேறியது. எந்தத் தீர்மானத்தையும் நிறைவேற்ற முடியாமல் தடுத்து நிறுத்தும் உரிமை அம்மாவிடம் இருந்தது அவர்களுக்கு மறந்துபோயிற்று. ஒரு பெரிய வியாபார நிறுவனத்தின் தலைமைப் பொறுப்பிலிருந்த சங்கர் தன் நிறுவனத்தின் பொறுப்புகளையே சமாளித்தபோது, இது ஒன்றும் பெரிய விஷயமல்ல என்று நான்கு நாட்கள் விடுப்பு எடுத்துக்கொண்டு அவர்கள் இருவரையும் உடன் அழைத்து வரச் சென்றபோது தான் அவர்கள் செய்த தீர்மானம் இரு நபர்களை மட்டுமே ஒட்டி இருந்தது தெரிந்தது.

அந்த இரு நபர்களும் பிறந்தபின் பல ஊர்களைத் தாண்டி வந்தவர்கள். கிட்டத்தட்ட அறுபது ஆண்டுகள் சேர்ந்து

வாழ்ந்தவர்கள். அந்த ஆண்டுகளில் டில்லி, கல்கத்தா, மும்பாய், பெங்களூர், சென்னை எனப் பல இடங்களில் பல ஆண்டுகள் தங்கியவர்கள். அத்தனை ஊர்களின் நினைவுகளும் அத்தனை நீண்ட வாழ்க்கையின் அர்த்தங்களும் பொருட்களாக அவர்களிடம் குவிந்திருந்தன.

அப்பா புத்தகப் புழு. கறுப்பு மற்றும் அடர் சிவப்புத் தோலால் அட்டை போட்ட தங்க எழுத்துக்கள் பொறிக்கப்பட்ட ஆங்கிலப் புத்தகங்கள் அவரிடம் இருந்தன. மிஸஸ் ஹென்ரிவுட்டிலிருந்து வால்டர் ஸ்காட், அலெக்ஸாண்டர் ட்யூமாஸ் என்று நீண்ட பட்டியல். வோட்ஹவுஸின் அத்தனை புத்தகங்களும் கானன்டாயில், ரேமண்ட் சாண்ட்லர், அகதா க்றிஸ்டி எனப் போகும் வேறு புத்தகங்களும். வீட்டில் அங்கங்கே பிரம்பு வேய்ந்த தேக்கு நாற்காலிகள் இருந்தன. மூன்று பகுதிகளாகப் பிரிக்கக்கூடிய, இழுப்பறைகளுடன் கிட்டத்தட்ட ஐந்தடி மேசை அப்பாவின் அறையில் இருந்தது. அதன் கடைசி இழுப்பறையில் அவர் படித்த பள்ளியின் நற்சான்றிதழ்கள் இருந்தன. 'சுந்தரம் நன்றாகப் படிக்கும் மாணவன். எல்லாப் பாடங்களிலும் அதிக மதிப்பெண்கள் எடுக்கும் அவன் எல்லோரிடமும் மரியாதையுடன் பழகும் நற்பண்பு உள்ளவன். அவன் கையெழுத்து மட்டும் இன்னும் செம்மைப்பட வேண்டும்' என்ற குறிப்பும் தலைமையாசிரியரின் கையெழுத்துடன் கூடிய நான்கு பக்கச் சான்றிதழும் எட்டாம் வகுப்பிலிருந்து ஆரம்பித்து இருந்தது அவர் கையெழுத்து செம்மைப் படவில்லை என்ற தகவலைத் தாங்கியபடி. பி.ஏ. ஹானர்ஸில் அவர் முதல் மாணவனாகத் தேறிய சான்றிதழும் இருந்தது. அரசாங்க வேலையில் அவரைச் சேரும்படி கூறிய முதல் கடிதம் இருந்தது கடிதங்கள் அடங்கிய ஒரு கோப்பில்.

அந்தக் கோப்பில் நண்பர்கள் கடிதங்கள் இருந்தன. சில திருமண அழைப்பிதழ்கள் இருந்தன. மூத்த பெரியப்பா அவருக்கு எழுதிய நீண்ட கடிதங்கள் இருந்தன. ஒவ்வொரு கடிதத்திலும் ஏதாவது பணமுடை பற்றிய குறிப்பும் கேட்ட அளவுக்குப் பணம் அனுப்ப முடியாத இயலாமை பற்றிய விளக்கமும் இருந்தன. அப்பா சென்னையில் விடுதியில் தங்கிப் படித்த போது செருப்பு வேண்டும் எனக் கேட்டிருப்பார்போலும். 'செருப்பு அவசியம்தானா என்று யோசி. ஏழு பேர்கள் நாம். சியாமளா இரண்டாம் பிரசவத்துக்கு வந்திருக்கிறாள். இந்த முறை டாக்டரை வீட்டுக்கு வரவழைக்க வேண்டும். மாப்பிள்ளை வேண்டுகோள். ஊரில் அம்மாவின் மாடுகளுக்குச் சீக்கு பிடித்துப் பால் வியாபாரம் இல்லாமல் போய்விட்டது. அடுத்த வாரம்

அங்கே காலிசெய்துகொண்டு வரப் போகிறாள். மற்ற குழந்தை களும் பள்ளிப் படிப்பை முடித்தாகிவிட்டது. அவர்களுக்கும் கல்லூரிக்குப் போக ஆசை. நானும் அடுத்தவன் ராமசாமியும் தான் உத்தியோகம் பார்ப்பவர்கள். கோபாலன் உத்தியோக வேட்டையில் இருக்கிறான். அரசாங்க உத்தியோகம் கிடைத்து விடும் எனத் தோன்றுகிறது. குமாஸ்தா வேலைதான். சுந்தரியைப் பெண் பார்க்க வந்தார்கள். பையனுக்கு மும்பாயில் வேலை. அங்கே வீடு இருக்கிறதாம் தாதர் என்னும் ஓர் இடத்தில். ஒற்றை அறையாம். இரண்டு வருட வாடகைப் பணத்தையும், போக வர வண்டிச் செலவையும் குடித்தனம் வைப்பதற்கான செலவையும் மட்டும் கேட்கிறார்கள் பிள்ளை வீட்டார். அவர் களும் நம்மூர்க்காரர்கள்தாம். இந்த இடம் குதிர்ந்துவிடும் போலிருக்கிறது. பையனும் நல்ல கறுப்பு. அதனால் சுந்தரியின் நிறம் பற்றி அவர்கள் பேசவில்லை. அப்படியாகச் சுந்தரி பம்பாய்க்காரி ஆகிவிடப்போகிறாள். கல்யாணச் செலவு இருக்கிறது இன்னும். இந்த மாதிரி நிலைமையில் செருப்பு உண்மையாகவே உனக்குத் தேவைதானா?' என்று எழுதியிருந் தார் ஒரு கடிதத்தில். எல்லாக் கடிதங்களும் பட்டை அடிக்கும் பேனாவால் ஆங்கிலத்தில் எழுதப்பட்டவை. அன்றாட வாழ்க்கை அரசியலின் தன்மைகளையும் போராட்டங்களை யும் குதூகலங்களையும் குமுறல்களையும் கூறுபவை. ஒரு சிவப்பு வெல்வெட் பெட்டியில் அப்பா வாங்கிய தங்கப் பதக்கம் இருந்தது. சுவர் ஓரத்தில் அவர் வேலையிலிருந்து ஓய்வுபெற்றபோது அவர் அலுவலகத்தினர் தந்த அன்பளிப்பான வெள்ளிப் பூண் போட்ட கைத்தடி இருந்தது.

அதன்பின் அப்பா பத்து ஆண்டுகள் பல காரியாலயங் களில் வேலை பார்த்தார் வேறுவேறு ஊர்களில். மாதம் ஒருமுறை அவர் வரும்போது அவருக்குக் காட்ட அம்மா எழுதிய கணக்கு நோட்டு பீரோவில் இருந்தது. சில செலவுக் குறிப்புகள் அம்மா வீட்டை நிர்வாகித்த விதத்தையும் வாழ்க்கையைச் சமாளித்த முறைகளையும் துல்லியமாக விவரித்தன. அவளுக்கான சில விசேஷச் செலவுகளையும் கூறின. அம்மா பல பத்திரிகைகளை வரவழைத்தாள் எனத் தெரிந்தது. அவள் தனக்குப் பிடித்த கதைகளையும் குறிப்பு களையும் பைண்டு செய்து வைத்தாள் என்பது அவள் பைண்டு செலவு என்று குறிப்பிட்டதிலிருந்து தெரிந்தது. ஒரு காலகட்டத் தில் பல தோட்டங்களில் ஆஸ்டர் செடிகளும் அடுக்கு டேலியாவும் போகன்வில்லாவும் போடப்பட்டனபோலும். அம்மாவும் டேலியா, ஆஸ்டர் விதைகளை வாங்கியிருந்தாள். போகன்வில்லா பதியன்களை வாங்கியிருந்தாள். எப்போதாவது

அபூர்வமாக ஒரு பட்டை சாக்லேட் வாங்குவதுண்டு. சாக்லேட் செலவில் அதையும் குறிப்பிட்டிருந்தாள். அம்மாவின் கை பெரிது என்பதும் தெரிந்தது. 'மங்களத்துக்குக் கடன் ரூ. 10', 'லலிதாவின் தோழி பரீட்சைக்குப் பணம் கட்டச் செலவு ரூ. 15.' இவ்வாறு செலவுக் குறிப்புகள் இருந்தன. அப்பாவால் ஏற்கப்படமாட்டாது என அவள் கருதிய செலவுகள் இன்ன பிற என்னும் தலைப்பின் கீழ் வந்தன. இன்ன பிறவின் செலவின் தொகை கூடவே இருந்தது. அது ஒரு வேளை அவர்கள் வீட்டில் அப்பா வேற்றூர் போன பின் வந்த அல்சேஷன் நாய்க்காக வாராவாரம் வாங்கிய இறைச்சி மற்றும் அதற்கான வேறு பல செலவுகளுக் கான குறிப்போ என்ற ஐயம் எழுந்தது.

இரண்டு பெண்களுக்காக அவள் மெல்ல மெல்லச் சேகரித்த நகைகளின் செலவுக் குறிப்புகள் இருந்தன. ஒரிடத்தில் 'சங்கர் மனைவிக்கு இரட்டை வடம் சங்கிலி' என்று எழுதி யிருந்ததைப் பார்த்ததும் தூக்கிவாரிப்போட்டது. அப்போது அவன் கல்லூரிப் படிப்புகூட முடிந்திருக்கவில்லை. அப்போதேவா வாங்கிவைத்தது அது?

பண வரவும் உண்டு. தேங்காய் விற்ற பணம், பலாப்பழம், கருவேப்பிலை விற்ற பணம் எனத் தனிக் குறிப்புகள் இருந்தன. வரவுக் குறிப்பு ஒன்றில் 'சங்கர் மேற்படிப்புக்காக வெள்ளிப் பாத்திரங்கள் விற்று வந்த பணம் ரூ. 2000' எனக் குறிப்பிடப் பட்டிருந்தது சங்கர் அடிவயிற்றில் ஒரு வேதனையை ஏற்படுத்தி யது. அவள் சொல்லவே இல்லையே? ஜம்ஷெட்பூர் செல்ல ரயிலில் அவன் அமர்ந்தபின் ஒரு சின்ன மணிபர்ஸை அவன் கையில் திணித்தாள் அம்மா. அதில் இருந்த தொகை அது.

கூடத்துப் பெரிய பீரோ ஒன்றில் அம்மாவின் பைண்டு செய்த புத்தகங்கள் இருந்தன. சாவித்திரி அம்மாள், சரஸ்வதி அம்மாள், குமுதினி, கௌரி அம்மாள் என ஆரம்பித்துக் கல்கி, தேவன், லக்ஷ்மி, ராஜம் கிருஷ்ணன், ஜெயகாந்தன் என்று நாவல்கள் சிறுகதைத் தொகுதிகள் இப்படி ஒரு பக்கம். சுதேசமித்திரனில் ஸ்வரப்படுத்தப்பட்டு வெளிவந்த மைசூர் வாசுதேவாச்சார் கீர்த்தனைகளும் கல்கியில் வந்த பாபநாசம் சிவன் கீர்த்தனைகளும் அம்புஜம் கிருஷ்ணாவின் பாடல்கள் அடங்கிய புத்தகம் ஒன்றும் அவள் சிறு வயதிலிருந்து பாட்டுப் படித்த பாட்டு நோட்டுகளும் அவள் பெண்களின் பாட்டு நோட்டுகளும் இன்னொரு பக்கம். தவிர கம்ப ராமாயணம், திருவாசகம், திருப்புகழ், தேவாரம் போன்ற புத்தகங்கள்.

புகைப்படங்கள் இருந்தன ஆல்பங்களிலும் தனித்தனியாக வும். ஓர் ஆல்பத்தில் வீணையுடன் சிறுமியாய் அம்மா. அப்பா –

அம்பை

அம்மாவின் திருமணப் புகைப்படம் பழுப்பேறி. நடு வகிடு எடுத்த தலையுடன் அப்பா. 'எனக்கா திருமணம்?' எனக் கேட்கும் முகத்துடன் அம்மா. தாத்தாவும் பாட்டியும். பெரிய கண்களைச் சுருக்கியபடி அப்பாவின் அம்மா. குடும்பப் புகைப் படங்கள். தவழும் கல்யாணி. பட்டமளிப்பு உடையுடன் கல்யாணி. அமெரிக்கக் கணவனுடன் கல்யாணி. தோழிகளுடன் லலிதா. லலிதாவின் பள்ளி மற்றும் கல்லூரிப் புகைப்படங்கள். அவர்கள் குடும்பத்துக் குழந்தைகள். அம்மாவின் குடும்பத் திருமணங்கள். கணவனும் மனைவியுமாக எடுத்த ஸ்டூடியோ போட்டோக்கள். நெஞ்சுவரை தெரியும் புகைப்படத்தில் பெரியப்பாவின் மகன் குருமூர்த்தி அண்ணாவின் மனைவி பூமா அவன் காதுவரை வந்தாள். கீழே முக்காலி போட்டார் களம் அவள் ஏறி நிற்க. அம்மா சொல்லியிருக்கிறாள்.

பீரோவின் ஒரு பகுதியில் அவள் குழந்தைகள் உபயோகித்த பொருட்கள் இருந்தன. மரப்பாச்சி பொம்மைகள், பல்லாங்குழி, பரமபத சோபான படம், தாயக்கட்டைகள், வெள்ளையும் கடும் பழுப்புமாய்ப் பெரிய, சிறிய சோழிகள், காலணாக்கள், லலிதாவுக்கு முதல்முறையாக வாங்கிய துணிப்பொம்மை என்று அழகாக அடுக்கப்பட்டு இருந்தன. ஒரு மூலையில் அவனுக்காக வாங்கிய மவுத் ஆர்கன். வட்ட அட்டையைச் செருகிப் பார்க்கும் வ்யூ மாஸ்டர். நீலத் துணியில் பொதியப்பட்ட ஒரு கடிதக் கட்டைப் பார்த்ததும் திடுக்கிட்டுப் போனான். அது அவன் தன் முதல் காதலி விமலாவுக்கு எழுதிய கடிதங்கள். அவர்கள் உறவு முறிந்ததும் ஒரு நாள் மாலை அவள் வந்து கொடுத்து விட்டுப் போனாள். வீட்டிலேயே வைத்துவிட்டா போயிருந்தான்? தீவிரக் காதலைப் பேசிய கடிதங்கள். இருவருக்கும் காதல் நிறைவேறாவிட்டால் தற்கொலையைத் தவிர வேறு வழி தெரிய வில்லை. இப்போது அவள் கல்லூரிப் பேராசிரியை. கணவரும் பேராசிரியர். இரு குழந்தைகள். அவனுக்கும் ஒரு க்ரேஸ் கிடைத்தாள். மங்களூர்க்காரி. அவனுடன் படித்தவள்.

சுவற்றின் மேல் சார்த்தியபடி காரம் போர்டு. மூலையில் ஓர் உயர முக்காலியில் கிராமபோன் பெட்டி. பழைய ரேடியோப் பெட்டி.

சமையலறைப் பக்கமும் குளியலறைப் பக்கமும் போன போது தலையைச் சுற்றியது. பெரிய பித்தளை அண்டாக்கள். பித்தளைச் சொம்புகள். பித்தளைக் குடங்கள். அருக்கஞ்சட்டி கள். வாணலிகள். வெங்கல உருளிகள். அரிவாள் மணைகள் சிறியதும் பெரியதுமாய். கனமான பெரிய குழிவுடன் கரண்டி கள். பித்தளை அடுக்குகள். தாளிக்கும் இரும்புக் கரண்டிகள்.

சேவை நாழிகள். அப்பக்காரல்கள், இடுக்கிகள், கூஜாக்கள், பழைய ருக்மணி குக்கர், பால் தயிர் வைக்கும் வலை பீரோ. ஒரு பகுதியில் ரவிவர்மா வரைந்த கடவுள்கள், ஆரத்தித் தட்டுகள், கற்பூரத்தட்டுகள், சந்தனக் கல், கொலுப்படிகள், பண்ணுருட்டிக் கொலுப் பொம்மைகள், திரியை ஏற்றினால் ஓடும் படகுகள், கோலப் புத்தகங்கள். இன்னொரு திறந்த பீரோவில் குறுக்குத் தையலும் பூவேலைகளும் செய்த விரிப்புகள், மணிகள் கோர்த்த திரைச் சீலைகள். எல்லாவற்றுக்கும் மேலாக அம்மாவின் கறுப்பு வீணை மஞ்சள் பட்டு சுற்றியபடி.

சோர்வுடன் சங்கர் சாய்வு நாற்காலியில் அமர்ந்தபோது, 'என்ன சங்கர், இப்படிக் குடைஞ்சு குடைஞ்சுப் பார்க்கறியே?' என்றபடி வந்தாள் அம்மா காப்பியுடன்.

'அம்மா, உன்னையும் அப்பாவையும் பம்பாய் கூட்டிட்டுப் போகலாம்னு வந்தேம்மா' என்றான் காப்பியைப் பருகியபடி.

'எதுக்குப்பா?'

'அப்பாவை உன்னால தனியா எப்படம்மா சமாளிக்க முடியும்? இங்க வந்தா ஏகப்பட்ட சாமான்கள். இதையெல்லாம் வைக்க பம்பாய்ல எங்கம்மா இடம்?'

அவன் காலருகே கீழே அமர்ந்துகொண்ட அம்மா, 'சங்கர், இதெல்லாம் சாமான்கள் இல்லடா. இதெல்லாம்தான் நாங்க' எனச் சொல்லிவிட்டு அவன் கையிலிருந்த காலி டம்ளரை வாங்கிக்கொண்டு எழுந்தாள்.

தமிழில் உரையாடிப் பல ஆண்டுகள் ஆகிவிட்டதாலோ என்னவோ, அவள் கூறியது புரிய நேரம் பிடித்தது சங்கருக்கு. பிறகு புரிந்தது. அது சாமான்கள் நிறைந்த வீடு அல்ல. அது ஒரு வாழ்க்கை முறையின் சரித்திரம். அது இரண்டு சுயசரிதை களுக்கான குறிப்புகள் கூடிய வெளி. அதில் ஒவ்வொன்றுக்கும் அம்மாவிடமும் அப்பாவிடமும் தேதி உண்டு; விவரங்கள் உண்டு; கதைகள் உண்டு. கட்டுக்கடங்காத சிரிப்பையும் உவகையையும் கண்ணீரையும் நெகிழ்வையும் உண்டாக்கும் நிகழ்வுகள் உண்டு. இசை உண்டு. ராகங்களின் பூச்சு உண்டு. காலடிகள், தரையில் செருப்பு தேயும் ஒலிகள், கொலுசு ஒலி, மெட்டி ஒலி, வளையலொலி, அழுகை, சிரிப்பு, காதல், சண்டை, கிசுகிசுப்பு, மழலை, உலர்த்தும் முன் பட்டென்று துணியை உதறும் ஒலி, தீக்குச்சி உரசல், நெருப்பு பற்றிக்கொள்ளும் ஓசை, புடவை படபடக்கும் ஓசை எனப் பதிவுசெய்யப்படாத ஒலிகள் உண்டு.

அம்பை

முலைப்பாலின் லேசான மணத்திலிருந்து, சுவைத்த வெற்றிலை மணம், பசியைக் கிளப்பும் உணவின் மணம், உணவு தீய்ந்து கருகிய மணம், உடல் குருதி மணம், கலவி மணம் என்று பலர் நாசிகள் முகர்ந்த மணங்களைக் கொண்டது அந்த வீடு.

சங்கர் லலிதாவிடம் தொலைபேசியில் பேசினான். கல்யாணி வெளிநாட்டில் இருந்தாள்.

'அம்மாவும் அப்பாவும் பம்பாய் வரமுடியும்னுட்டுத் தோணலை. வேற ஏற்பாடு செய்யறேன்.'

அம்மாவுக்கு உதவிக்கு ஒரு பெண்மணியை ஏற்பாடு செய்தான். அப்பாவைக் கவனித்துக்கொள்ள நம்பகமான இரண்டு ஆட்களை ஏற்பாடு செய்தான்.

ooo

அம்மா பம்பாய் வந்தாள். அப்பாவின் மறைவுக்குப் பின். இந்தமுறையும் சங்கர்தான் பொறுப்பேற்றான். வர மனமில்லை அம்மாவுக்கு. ஆனால் மனம் சோர்ந்திருந்தாள். அப்பாவின் மறைவுக்குப் பின் பார்த்தபோது வீட்டிலுள்ள சாமான்களின் எண்ணிக்கை கணிசமாகக் குறைந்திருந்தது. நம்பகமான ஆட்களின் வேலை. கனமான பித்தளைச் சாமான்கள் பல மறைந்திருந்தன. அம்மாவிடம் விடைபெறாமலே போய்விட்டன அவள் பெயர் பொறித்த பல பாத்திரங்கள்.

அம்மா பட்டியலிட்டு எல்லாவற்றையும் வினியோகித்தாள். மற்றவை லாரியில் வந்தன அவன் வீட்டிலும் லலிதா வீட்டிலும் இடம்பிடிக்க. அம்மாவின் வீணைக்கு என்று ஒரு பெட்டி செய்ய வேண்டிவந்தது. வாத்தியங்களுக்கான பெட்டிகள் செய்யும் கடைக்குப்போய் அதைச் செய்யும்படி பணித்துவிட்டு வந்தான். அம்மா கிளம்பினாள். சங்கர் வீட்டுச் சமையலறையில் ஒரு பெரிய வெங்கல உருளி வந்தமர்ந்து கொண்டது. அம்மாவின் அறையில் அவள் வீணையும் தையல் இயந்திரமும், அவள் புத்தகங்களும். ஐந்தடிகூட இல்லாத அவள் இருபத்தைந்து ஆண்டுகள் அந்த அறையின் கூரையைத் தொடுபவள்போல் தோற்றமளித்தபடி வளைய வந்தாள்.

ஒரு தீபாவளியின்போது வீட்டை முற்றிலும் சுத்தம் செய்து, வெள்ளை அடிக்க ஏற்பாடு செய்து அம்மாவின் புத்தக அலமாரியைத் திறந்தபோது, மழை தூறுவதுபோல் கொட்டின கரையான்கள். பொடியாகிப் போயிருந்தன புத்தகங்களும் புகைப்பட ஆல்பங்களும். அட்டை மட்டும் இருந்தது. உள்ளே

ஒரு கறுப்புச் சிலந்தியுடன் ஓர் இரவு

எல்லாம் வெறும் கரையான் அரித்த குழிகள். மும்பாயின் ஈரம் படிந்த சுவர்களின் உபயம். புத்தகங்களையும் ஆல்பங்களையும் எரிக்க வேண்டி வந்தது. கட்டடத்தின் தோட்டத்தில் மொத்தமாய்ப் போட்டு, மண்ணெண்ணெய் ஊற்றிக் கொளுத்தியபோது அம்மா தன் அறையிலிருந்த வராந்தாவிலிருந்து பார்த்தபடி நின்றாள்.

ஒரு சில மாதங்களில் சமையலறையிலிருந்து டங்கென்ற ஒலி கேட்டது கோவில் மணியை ஓங்கி அடித்ததுபோல. பாத்திரம் தேய்க்க வரும் மராட்டிப் பெண் அம்மாவின் வெங்கல உருளியைக் கைதவறிக் கீழே போட்டிருந்தாள். பாதியாக உடைந்திருந்தது. 'ஆயிரத்து ஐம்பதில திருசூர் போனப்ப வாங்கினது' என்றாள் அம்மா மெதுவாக. கோவிக்க வில்லை. அறைக்குப்போய் வீணையைத் தொட்டபடி அமர்ந்து கொண்டாள்.

ஒரு நாள் கால் வழுக்கி விழுந்தாள். படுக்கை போட்டு விட்டது. மெல்ல ஏதோ முணுமுணுத்தாள்.

'என்னம்மா?'

'கறுப்பியை விட்டுட்டுப் போக மனசில்ல' என்றாள். கறுப்பி எனக் குறிப்பிட்டது அவள் கறுப்பு வீணையை.

'உன் வீட்டுல வெச்சுக்குவியா?' என்றாள் முணுமுணுப்பாக.

'சரிம்மா.'

தன் கழுத்திலிருந்த பவழ மாலையைக் கழற்றி இவள் கழுத்தில் போட்டாள்.

'எதுக்கும்மா?'

'இருக்கட்டும். வெச்சுக்க.'

சங்கரை அழைத்து, தையல் இயந்திரத்தை ஒரு தையல் பள்ளிக்குத் தரச் சொன்னாள்.

வீணை அவள் வீட்டுக்கு வந்தது அம்மா போனதும். கூடவே அம்மா குறுக்குத் தையல் போடும் துணியில் தைத்த உறை. மேல் பகுதியில் அழகான குறுக்குத் தையலில் பறவை ஒன்று அமர்ந்திருக்கும் பூவேலை. அதனுடன் வருடந்தோறும் சந்தனப் பொட்டு வைக்கச் சந்தனக் கட்டையும் கல்லும் குங்குமம் நிறைத்த ஒரு குங்குமச் சிமிழும்.

ஒவ்வொரு ஆண்டும் சரஸ்வதி பூஜையன்று வீணையை எடுத்துத் துடைத்து, கலைந்த தந்திகளைக் கூட்டி, சந்தனக்

குங்குமப் பொட்டிட்டுக் கறுப்பிக்கு அலங்காரம். மொட்டை மாடித் தொட்டியில் பூக்கும் செம்பருத்தியும் பிச்சிப்பூவும் ஒரு தட்டில் அதன் முன் வைத்து, அம்மாவின் நினைவாக, 'வெள்ளைத் தாமரைப் பூவில் இருப்பாள்...' என்று முனகல். கட்டாயம் வடை, பாயசத்துடன் சமையல் வடநாட்டுக் கணவனுக்கும், 'கோழிக் குருமா இல்லியா?' எனச் சிணுங்கும் குழந்தைகளுக்கும்.

அந்த ஆண்டும் நீண்ட பயணங்களுக்குப் பின் திரும்பி வந்து, கறுப்பியைத் துடைக்க எடுத்து உறையைக் கழற்றியபோது இரண்டு பிருடைகள் விழுந்தன வெளியே. கழன்றிருக்கும் என்று நினைத்து எடுத்துப் பார்த்தபோது உடைந்திருந்தன. தாளத்துக்கான பிருடை ஒன்றும் பின் தந்தியின் பிருடையும். திக்கென்றது. உறையை முற்றிலும் கழற்றியபோது குடம் உடைந்திருந்தது. ஒரு பெரிய விரிசலுடன். ஆழ்ந்த கீறல் கத்தியைச் செருகியது போல். சற்றுக் குனிந்து பார்த்து, கழுத்திலிருந்த பவழ மாலை ஒரு பிருடையில் மாட்டிக்கொண்டது தெரியாமல் எழுந்தபோது மாலை அறுந்து பவழங்கள் சிதறின.

கீழே விழுந்திருக்கிறது வீணை. ஒக்கிட முடியாது கட்டாயம். யார் யாரிடமோ பேசி ஒரு நல்ல வாத்தியக் கடையைக் கண்டுபிடித்தாள். வந்து பார்த்த அவர் ஒன்றும் செய்ய முடியாது என்றார். அதை எப்படி அகற்றுவது என யோசித்தபோது, பழைய பேப்பர் வாங்குபவன் வந்து, 'ஆன்ட்டி, ஒரு சுத்தி இருந்தா கொடுங்க, உடைச்சிடறேன். பித்தளை எல்லாம் தனியாக் கீறி எடுத்திடலாம்' என்றான்.

பழம் பெரும் வீணை வித்வான்களின் வீணைகள் என்ன ஆயின? எங்கே போயின? அவை பற்றிய பதிவுகள் உண்டா? வீணை தனம்மாளின் வீணை என்ன ஆயிற்று? வீணை பாலசந்த ரின் வீணை என்ன ஆயிற்று? காரைக்குடி சாம்பசிவய்யர் வீணை? அவருக்குக் குழந்தைகள் கிடையாது. தற்போதுள்ள வீணை வித்வான்கள் அவர்கள் வீணைகளை என்ன செய்வதாக உத்தேசம்? வீணைகளுக்கென்று ஒரு சவக்கிடங்கு உண்டா?

கறுப்பியை மீண்டும் உறையிலிட்டாள். பவழங்கள் கரைந்துபோய்விட்டன, கோர்க்க முடியாது என்றார் நகைக் கடைக்காரர். கரைந்த பவழங்களை வண்ணக் காகிதத்தில் பொதிந்துவைத்தாள்.

ooo

நாசிக்கில் கோதாவரி அந்தமுறை பெருக்கெடுத்து ஓடியது. அம்மாவின் அஸ்தியைக் கரைத்ததும் அங்கேதான். வெகு

தூரத்தில் யாருமில்லாத ஒதுக்குப்புறமான ஓர் இடத்தில் கறுப்பியை வைத்து அதன் உறையைக் கழற்றினாள். கையோடு கொண்டுபோயிருந்த சந்தனத்தையும் குங்குமத்தையும் இட்டாள். யாளியில் மீட்டு நகங்கள் வைக்கும் இடத்தில் பவழங்களை வைத்தாள். நதியின் சுழிப்பு அதிகமாக இருந்தது அந்த இடத்தில். மெல்ல நதியில் இறக்கினாள் கறுப்பியை. நூறு வயதான கறுப்பி. அம்மாவின் ஆறு வயதிலிருந்து உடன் வந்தவள். நதி அடித்துக்கொண்டு போயிற்று வீணையை. சில நிமிடங்களுக்குப் பின் ஏதோ ஒன்று பாறையிலோ வேறு எதிலோ மோதி உடைந்தது. கையில் பறவைப் பூவேலை செய்த உறையுடன், நதிக்கு முதுகைக் காட்டியபடி நின்ற இவள் செவியில் அந்த ஒலி வந்து மோதியது வலியுடன்.

o o o

பயணம் 20

வெகுநேர்த்தியான பூவேலை செய்த ஸல்வார்-கமீஸ் துணிகள் இரண்டு வாங்கியிருந்ததை ஜோத்ஸனாவிடம் சொன்னதும் அவள் குஜராத்தி மனம் உடனே அடுத்த கட்டத்துக்குப் போய்ப் பிறகு செயலில் இறங்க முற்பட்டது. ஏதோ ஆராய்ச்சிக்குத் திட்டம் போடுபவளைப் போல் கேள்விப் பட்டியலை முன்வைத்தாள்.

இவள் உடைகளைத் தைப்பது யார்? சரியாகப் பொருந்தும் ஒரு ஸல்வார்-கமீஸ் இவளிடம் உண்டா? பூவேலை கழுத்துப் பகுதியில் மட்டும் தான் இருக்கிறதா அல்லது கைப்பகுதியிலும் கீழே கரையிலும் உண்டா? அவளுக்குத் தைக்கும் தையல் காரரிடம் வர விருப்பமா? முக்கால் வழி ஆட்டோ வில் போனாலும் கால் வழி சந்துபொந்துகளில் நடக்க வேண்டிவரும். முடியுமா இவளால்?

ஜோத்ஸனா கேள்விகள் கேட்டாலும் பதிலை எதிர்பார்க்கமாட்டாள். அவளே முடிவுகளை எடுத்துவிடுவாள்.

நல்ல மழை பெய்து நின்ற ஒரு சமயம் ஆட்டோவில் இவளை ஏற்றி ஜோத்ஸனாவும் ஏறிக்கொண்டது அப்படித்தான். வழி நெடுக அவள் தையல்காரரைப் பற்றிக் கூறினாள். ரொம்ப வித்தியாசமானவர் மோஹன்லால். தன் தந்தையிட மிருந்து தொழில் பயின்றவர். ஆமதாபாதைச் சேர்ந்தவர். வில்லேபார்லேயில் உள்ள அத்தனை குஜராத்திக் குடும்பங்களுக்கும் கையில் தையல்

மிஷினோடு வந்து அவரவர் வீட்டிலேயே உட்கார்ந்து தைப்பவர். தவிர தன் வீட்டிலும் குறிப்பிட்ட சிலருக்குத் தைத்துத் தருபவர். அதிகம் வயதானவர் அல்ல. இளைஞர்தான். தைப்பதற்கு அவரிடம் சில நிபந்தனைகள் உண்டு. 2002 கலவரம் பற்றி அவரிடம் பேசக் கூடாது. அவரிடம் தைக்கத் தந்த பிறகு அவரை அடிக்கடி கூப்பிட்டுத் தொந்தரவு செய்யக் கூடாது. அவர் சொன்ன தேதிக்குத் தருவார்.

வெளியே மழை மீண்டும் கொட்ட ஆரம்பித்திருந்தது. ஆட்டோக்காரர் வண்டியை ஓரம்கட்டிவிட்டு இரண்டு பக்கத்திலிருந்த பிளாஸ்டிக் திரைகளைப் போட்டார். மீண்டும் கிளப்பினார். மூடியிருந்த ஆட்டோக்குள்ளிருந்து பார்த்தபோது வெளியே பெய்த மழை அழகாகப் பட்டது. ஆட்டோவின் முன் கண்ணாடியில் வீசி வீசி விழுந்த மழைச்சாரல் அபூர்வ ஓவியம்போல் தெரிந்தது. சில சமயம் பெரிய பேருந்துகளும் லாரிகளும் கடந்து போனபோது குண்டுகுழிகளிலிருந்து சேறு எழும்பித் தெறித்தது. மழை ஆரம்பித்த ஒரு நொடியில் முகங்கள் தெரியாதபடி குடைகள் மேலெழுந்தன பல வண்ணங்களில். பல வேலைகளுக்காக விரைந்துகொண்டிருந்தவர்கள் சுற்றிலும்.

அப்னா பஜார் எதிரில் ஆட்டோ நின்றது. மழை மெல்லிய தூறலாய் விழுந்துகொண்டிருந்தது. பித்தானை அழுத்தினால் விரியும் குடையை உள்ளே இருந்தே விரித்து, அது சிலர் மேல் பட்டு, அவர்கள் முணுமுணுக்க, வண்டியிலிருந்து இறங்கினார்கள்.

ஜோத்ஸ்னா தெருவின் எதிர்ப்புறம் செல்ல நடுவே இருந்த தடைச்சுவரில் ஓர் இடம் கண்டுபிடித்து அவளுடன் தெருவைக் கடந்தாள். அப்னா பஜாரின் பக்கத்திலிருந்த சிறு சந்து ஒன்றில் இருவரும் நுழைந்தார்கள். சந்தின் இரு புறமும் கூண்டுகள் போல அறைகள். அவற்றை ஒட்டிச் சாக்கடைகள். சாக்கடை மேல் இடைவெளி விட்டு இருந்த கல்தான் வீடுகளின் முதல் படியாக இருந்தது. வீடுகள் மேலிருந்து நீண்ட கம்பிகள்மேல் பிளாஸ்டிக் கூரைகள் மழைத் தண்ணீர் உள்ளே வராமல் தடுத்தன. மழையிலும் சாக்கடையில் சிறுநீர் கழித்தபடியும் மலம் கழித்தபடியும் குழந்தைகள். தெருவில் ஓடும் நீரில் காகிதக் கப்பல் விட்டுக்கொண்டிருந்த குழந்தைகள். கம்பிகள் போட்ட சன்னல்களில் பல வண்ணத் துணிகளில் மறைப்புகள். வழி செய்துகொண்டு விரைந்த சைக்கிள்கள், மோட்டார் பைக்குகள். வாகனங்களுக்கு வழிவிட்டும் வாகன ஓட்டிகளைத் திட்டியபடியும் சந்தின் வெளியேயும் உள்ளேயும் குடைகளுடன் சென்றுகொண்டிருந்தவர்கள்.

அம்பை

சில வீடுகளில் வீடுகளை ஒட்டிய காய்கறிக் கடைகள், பூக்கடைகள், பெட்டிக் கடைகள். இனிப்புக் கடை ஒன்று.

ஒரு கடை வெளியே நின்று ஜோத்ஸனா பிஸ்கோத்துப் பொட்டலங்கள் இரண்டு வாங்கினாள். காய்கறிக் கடையில் பழம் வாங்கினாள். இனிப்புக் கடையில் அரைக்கிலோ பால்பேடா வாங்கினாள்.

இவளைப் பார்த்து, 'வீட்டுல குழந்தைகள் உண்டு' என்றாள்.

சந்து முனைக்குச் சற்று முன்னால் சிறு திருப்பம்போல் அமைந்த இடத்தில் இருந்தது அந்த வீடு. வெளியே படியில் காலணியைக் கழற்றிவிட்டு, ஓரத்தில் இருந்த சின்ன பிளாஸ்டிக் வாளியில் குடைகளை மடக்கிவைத்தார்கள்.

உள்ளே நுழைந்ததும் கண்ணில் முதலில் பட்டது வலது புறம் தையல் இயந்திரத்தின் முன்னால் அமர்ந்து குனிந்து தைத்துக்கொண்டிருந்த மோஹன்லால்தான். இவர்கள் நுழைந்த தும் நிமிர்ந்து பார்த்தவர் முகம் மலர்ந்தது. 'கேம்சோ ஜோத்ஸனா பென்?' என்றார். 'மஜாமா' எனப் பதிலளித்துவிட்டு இவளை அறிமுகப்படுத்தினாள். இரண்டு மோடாக்களைப் போட்டு உட்காரச் சொன்னார்.

பழங்களையும் இனிப்பையும் பிஸ்கோத்துப் பொட்டலங் களையும் அவரிடம் தந்து, 'குழந்தைகள் எங்கே? ஸ்கூலுக்குப் போயிருக்காங்களா?' என விசாரித்தாள்.

'ஆமாம். ஸ்கூலுக்குப் போயிருக்காங்க ரெண்டு பேரும்' என்றவர் எதிரே படுதா போட்டுத் தடுக்கப்பட்டிருந்த பக்கத்தைப் பார்த்து, 'ஜமீலா, ஜோத்ஸனாபென் ஆவ்யாசே' எனக் குரல் கொடுத்தார்.

உள்ளேயிருந்து இடுப்பில் ஒரு பெண் குழந்தையுடன் வந்தாள் ஜமீலா புன்னகையுடன். கொழுக்கு மொழுக்கென் றிருந்தது குழந்தை. கையில் ஏதோ ஒரு பொம்மையை வைத்துக் கொண்டு ஆட்டிக்கொண்டு இருந்தது. அவர் 2002இல் ஏன் ஆமதாபதை விட்டு வந்தார் என்பது ஓரளவு புரிந்தது.

'பெரியவளாகிவிட்டாளே?' என்றபடி குழந்தையை வாங்கிக் கொண்டாள் ஜோத்ஸனா.

ஜமீலா கையில் ஜோத்ஸனா தந்தவற்றைக் கொடுத்தவர், 'சா லய் ஆவ்' என்றார்.

ஜமீலா உள்ளே போனாள். குழந்தை அவர் பக்கம் தாவியது.

'என்ன பேர் சொன்னீங்க? மறந்துட்டேன்' என்று கேட்டாள் ஜோத்ஸனா.

'அது எப்படி மறக்க முடியும் நீங்க? ஜாஸ்மின் ஜோத்ஸனா' என்றார்.

தன் பெயர் சொல்லப்பட்டதும் எம்பிக் குதித்தது ஜாஸ்மின். ஜோத்ஸனா முகத்தில் புன்னகை தோன்றியது.

'மோஹன்பாய், ஒரு பெண் குழந்தை வேணும்கற ஆசை தீர்ந்ததா?' கேலியாகக் கேட்டாள் ஜோத்ஸனா.

'பெண் குழந்தை இல்லாத வீடு என்ன வீடு, இல்லையா ஜாஸ்மின்?' என்று குழந்தையைக் கொஞ்சினார். துள்ளித் துள்ளி அவர் நெஞ்சில் உதைத்தாள் ஜாஸ்மின்.

உள்ளேயிருந்து ஜமீலா சாயாவும் ஒரு தட்டில் டோக்ளாவும் கொண்டுவந்தாள்.

'இதெல்லாம் எதுக்கு?' என இவள் சொல்ல சிநேகமாகச் சிரித்துவிட்டு, 'ஜோத்ஸனாபென் எங்களுக்கு உறவு மாதிரி' என்றாள் ஜமீலா. கணவரிடமிருந்து குழந்தையை வாங்கிக் கொண்டாள். உள்ளே போனாள்.

மூவரும் சாயா குடித்தபடி மெத்தென்றிருந்த டோக்ளா வைச் சாப்பிட ஆரம்பித்த சில நிமிடங்களில் தூங்கிப்போய் விட்டிருந்த ஜாஸ்மினுடன் உள்ளேயிருந்து வந்து அவளை மூலையில் இருந்த சின்ன தொட்டிலில் போட்டுவிட்டு அவர் களுடன் வந்து உட்கார்ந்துகொண்டாள் ஜமீலா. பாதிப் பருகிய தன் கோப்பையை மோஹன்பாய் அவளிடம் நீட்டினார். அதை வாங்கிக்கொண்டு அவள் பருகலானாள்.

இணைந்து இயங்கும் ஒரு தாளகதி அவர்களிருவரிடையே இருந்தது.

மோஹன்பாய் மெல்ல, 'என்ன தைக்கணும்?' எனக் கேட்டார்.

இவள் தன் பிளாஸ்டிக் பையிலிருந்து ஸல்வார்-கமீஸ் துணிகளையும் இரண்டு பட்டு ரவிக்கைத் துண்டுகளையும் வெளியே எடுத்துவைத்தாள். மாதிரி ஆடைகளையும் அவற்றின் அருகில் வைத்தாள்.

பூவேலையைப் பார்த்து வியந்து ஜமீலாவிடம் காட்டினார். 'பத்து ஸரஸ் சே' (ரொம்ப அழகா இருக்கு) என்றாள் தொட்டுப்

பார்த்துவிட்டு. பட்டு ரவிக்கைத் துண்டுகளைக் கையில் எடுத்துக் கொண்டு, 'பென், கழுத்துப் பக்கம் பூவேலை செய்தால் நல்லா யிருக்குமே?' எனக் கூறினாள்.

'செய்யலாம். யார் செய்வாங்க?' எனக் கேட்டாள் இவள்.

மோஹன்பாய் சிரித்துவிட்டு ஜமீலாவைக் காட்டினார். 'எல்லாம் இவ வேலைதான். தையல்காரனுக்கு ஏத்த மனைவி' என்றார்.

அவர் முதுகில் செல்லமாய்த் தட்டினாள் ஜமீலா. மயில் கழுத்து வண்ணப் பட்டுத் துணியிலும், அடர் சிவப்புத் துணி யிலும் பூவேலை செய்யலாம் எனத் தீர்மானமாகியது.

'மோஹன்பாய், எப்போ தர முடியும்?' என ஜோத்ஸ்னா கேட்டதும் நாள்காட்டியைப் பார்த்து எதையோ எண்ணி விட்டு, பதினைந்து நாட்களுக்குப் பிறகான நாள் ஒன்றைக் குறிப்பிட்டார்.

சரி என்று ஒப்புக்கொண்ட ஜோத்ஸ்னா, 'மோஹன்பாய், நான் என் மகள் மஞ்சுளாவைப் பார்க்க அமெரிக்கா போகிறேன் இந்த வாரக் கடைசியில். ரெண்டு வாரத்துக்குத்தான். ஒருவேளை நான் வர முடியாவிட்டால் இந்த சரஸ்வதி பென்தான் வருவார் வாங்கிக்கொள்ள' என விளக்கினாள்.

ஜமீலா நாள்காட்டியில் தேதியை வட்டமிட்டு இவள் பெயரை எழுதி அடைப்புக்குறிகளுக்குள் ஜோத்ஸ்னாவின் பெயரை எழுதினாள். பிறகு அடர்த்தியாகப் பூவேலை செய்த மேசைவிரிப்பு ஒன்றைக் காகிதத்தில் சுருட்டி ஜோத்ஸ்னா விடம் தந்தாள். 'மஞ்சுவுக்கு' எனக் கூறினாள்.

'ஓ, இது மஞ்சுவுக்கு ரொம்பப் பிடிக்கும். தாங்க்ஸ்' என்றபடி வாங்கிக்கொண்டாள் ஜோத்ஸ்னா.

இருவரும் வெளியே வந்தபோது மழை விட்டிருந்தது.

சந்தின் வெளியே வந்ததுமே ஆட்டோ கிடைத்துவிட்டது.

ஆட்டோ கிளம்பியதும் மேசைவிரிப்பை எடுத்துப் பார்த்தாள் ஜோத்ஸ்னா. பச்சைக்கொடிகளும் பல வண்ணப் பூக்களுமாய் ஒரு நந்தவனமே அதில் இருந்தது.

'ஹூம்' என்று பெருமூச்சுவிட்டபடி மீண்டும் மடித்து வைத்தாள்.

ஒரு கறுப்புச் சிலந்தியுடன் ஓர் இரவு

'என்ன ஆச்சு ஜோத்ஸனா?' எனக் கேட்டாள் இவள்.

'இல்லை. வேறு நினைவுகள்' என்று சொல்லிவிட்டு, வெளியே பார்த்தாள். சிறிது நேரத்துக்குப் பின், '2002இல ஒரு கொடிய பயண அனுபவம் எனக்கு ஏற்பட்டுது' என்றாள்.

'நான் ஆமதாபாத் போயிருந்தேன் அம்மா அப்பாவைப் பார்க்க. மோஹன்பாயின் அப்பா ராகேஷ்பாய் எங்க தெருவில தான் தையல்கடை வெச்சிருந்தார். ஜமீலாவுக்கு அப்பா அம்மா கிடையாது. தாத்தா பாட்டியிடம்தான் வளர்ந்தாள். அவளும் மோஹன்பாயும் ஒரே ஸ்கூல்தான். ராகேஷ்பாய் தான் ரெண்டுபேருக்கும் தையல் கத்துத் தந்தது. மோஹன்பாயும் ஜமீலாவும் காதலிக்கிறோம்னு சொன்னதும் ராகேஷ்பாயும் அவர் மனைவியும் எதிர்ப்பே காட்டலை. ஜமீலா அவங்க வீட்டுப் பெண்ணாவே இருந்தாள். அவள் தாத்தா பாட்டியும் எந்த மறுப்பும் சொல்லவில்லை. நவம்பர் 2001இல்தான் கல்யாணம் நடந்தது. எல்லாருக்கும் அது சரின்னு படலை. அதிருப்தியும் முணுமுணுப்பும் இல்லாமல் இல்லை. கலவரம் வெடிச்சபோது, கும்பல் கும்பலாய் வந்தவங்க செய்த தாக்குதல்ல ஜமீலாவோட தாத்தா பாட்டி இறந்துபோயிட்டாங்க. திடீர் திடீர்னு எதோ ஒரு கும்பல் வந்துட்டே இருந்தது. நம்பகமான டாக்ஸிக்காரரை வரவழைச்சோம் ராகேஷ்பாயும் நாங்களும். பின்பக்கத் தெரு வழியா நானும் மோஹன்பாயும் ஜமீலாவும் வெளியேறிட்டோம் அடுத்த கும்பல் வரதுக்கு முன்னாடி. ஒரு பெரிய கம்பளியைப் போட்டு ஜமீலாவை மறைச்சோம். ஒரு மூட்டை மாதிரி அவள் கிடந்தாள். அவள் பக்கத்தில நான். ஆமதாபாத்தைத் தாண்டிச் சில மைல் போகிறவரைக்கும் அவள் உடம்பு நடுங்கிட்டே இருந்தது. அப்புறம் நான் டிரைவர் பக்கத்துல இருந்த மோஹன்பாயைப் பின்னால வரச் சொன்னேன். அவர் உட்கார்ந்ததும் அவரைத் தாவி அணைச்சிட்டு அவள் கதறிய கதறல்! அப்பப்பா, இன்னும் காதில ஒலிச்சிட்டே இருக்கு.'

அந்தப் பயணத்தை நினைவுகூர்பவள்போல் மௌனித்தாள்.

'இங்கே வந்த பிறகுதான் குழந்தைகள் அவங்களுக்கு. முதல் பையன் ராம் ரஹீம். ரெண்டாவது பையன் கபீர் கிருஷ்ணா. இப்போ ஜாஸ்மின் ஜோத்ஸனா. சரஸ்வதி, இவங்க செய்ததை இன்னும் அரசியல் தலைவர்கள்கூடச் செய்யலை' என்றாள்.

'கலப்புத் திருமணங்களால மட்டும் தீர்க்கூடிய பிரச்சினை இதுன்னு நீ நினைச்சா அது இந்த விஷயத்தை ரொம்ப

எளிமைப்படுத்திப் பார்க்கும் விஷயம் ஜோத்ஸ்னா. இது அவ்வளவு சுலபமாத் தீர்க்கூடிய விஷயம் இல்லை.'

'ஆமாம். அது சரிதான். ஒரு ஆட்டோ பயணத்துல பேசித் தீர்க்கக்கூடிய விஷயமும் இல்லை.'

'ஒரு அஸ்கர் அலி இஞ்சினியர் தன் வாழ்நாள் எல்லாம் தீர்க்கணம்னு பாடுபட்ட விஷயம்.'

'ஆமாம், அவர் சுயசரிதையில அது தெரிகிறது.'

'அவர்கூட அரசோட மதச்சார்பில்லாத கொள்கையைச் சார்ந்து சில சமயம் வேலை செய்தார்னு விமர்சனம் இருக்கு. தெரியுமா?'

'விமர்சனம் எதுக்கும் வரலாம். கடைசியா ஆஸ்பத்திரியில இருந்தபோது, டாக்டரைக் கூப்பிட்டு, "என் பரம்பரை ஆஸ்தியில என் பொண்ணுக்கு 1/3 பங்கு கிடைக்கணும்"னு சொன்னவர் அவர்.'

'ஆமாம், அதுக்கு அவர் மகன் இர்ஃபான், "டாக்டர் அதைச் செய்ய முடியாது. வக்கீல்தான் செய்ய முடியும். அவளுக்கு நான் 1/3 பங்கு இல்ல, அரைப் பங்கே தரப்போறேன். கவலைப்படாதீங்க" என்றாராம். ஜோத்ஸ்னா, அவர் வளர்த்த பையன் வேறு எப்படி இருக்க முடியும்?'

ஆட்டோ ஜோத்ஸ்னா வீட்டு வாசலில் நின்றது. அதற்கு அடுத்த ஆட்டோ பயணம் முற்றிலும் மௌனத்தில் கழியும் என்பது அப்போது தெரிந்திருக்கவில்லை.

பதினைந்து நாட்களுக்குப் பின் மோஹன்பாய் குறிப்பிட் டிருந்த தேதியில் போக முடியவில்லை. ஜோத்ஸ்னா அமெரிக்காவி லிருந்து வந்ததும் போகலாம் என்றிருந்துவிட்டாள்.

அவள் வந்த மறுநாள் கிளம்பினார்கள். மோஹன்பாயின் வீட்டு வாசலில் ஒரு சின்னக் கூட்டம் இருந்தது. ஜோத்ஸ்னா அவசரமாக உள்ளே போனாள். சாய்வு நாற்காலி ஒன்றில் ராகேஷ்பாய் என்று அவள் கணித்த ஒருவர் உட்கார்ந்திருந்தார்.

'கேம்சோ ராகேஷ்பாய்? சூ தய்யூ?' என்று நடந்த விஷயம் பற்றி விசாரித்தாள் ஜோத்ஸ்னா.

அவள் குரலைக் கேட்டதும் உள்ளேயிருந்து ஜமீலா ஓடி வந்து அவளை அணைத்துக்கொண்டாள். அழ ஆரம்பித்தாள்.

ராகேஷ்பாய் விளக்கினார்.

கையில் தையல்மெஷினோடு ரயில் தண்டவாளத்தைத் தாண்டி அந்தப் பக்கம் மோஹன்பாய் போய்க்கொண்டிருந்த போது, மின்சார ரயில் வந்து மோதி ஸ்தலத்திலேயே மரணம். மெஷினும் தவிடுபொடி. ஜோத்ஸனா ஊரில் இல்லாததால் விவரம் சொல்ல முடியவில்லை. ஊரில் அவள் பெற்றோருக்குத் தெரியும். அவளுக்குச் சொல்லவில்லையா?

'அவர் எப்போதும் கவனமாக இருப்பாரே?' என ஜோத்ஸனா கேட்டபோது, இன்னொரு உறவினர் அவரை யாரோ தள்ளிவிட்டுவிட்டார்கள் எனச் சிலர் சொல்வதாகக் கூறினார். 'துரோகி' என்று யாரோ கத்தினார்களாம். அப்படிக் கத்தியது இந்துவா முஸ்லிமா என்பது தெரியவில்லையாம். போலீஸ், வழக்கு என்று போகவில்லை. விபத்து எனத் தீர்மானிக்கப்பட்டு உடல் பொட்டலமாய் வந்தது.

எதிரே சுவரில் மோஹன்பாயின் புகைப்படம் தொங்கியது நாள்காட்டியின் மேல்.

ஒரு மூலையில் இரண்டு பையன்களும் மடியில் ஜாஸ்மினுடன் அமர்ந்திருந்தார்கள் தொங்கிய முகங்களுடன். ஜாஸ்மின் அங்கும் இங்கும் தாவியபடி இருந்தது கூச்சலிட்டபடி.

ஜமீலாவை அணைத்தபடி நின்றாள் ஜோத்ஸனா.

ஜமீலாவுக்கு ஆமதாபாத் வர விருப்பமில்லை. அதனால் ராகேஷ்பாயும் அவர் மனைவியும் இங்கே வரத் தீர்மானித்து விட்டார்கள். அடுத்து இருந்த டி.என். நகரில் ஒரு வீடு ஏற்பாடாகிவிட்டது. அங்கேயே தையற்கடை வைக்க உத்தேசம். மோஹனின் அம்மா அங்கேதான் வீட்டை ஒழுங்குபடுத்திக் கொண்டிருக்கிறாள் தற்சமயம். ஜமீலா இங்கேயே இந்த வீட்டி லேயே இருப்பாளாம். அவளும் மோஹனும் இருந்த இடமாம் அது.

ஜமீலா மெல்ல விசும்பினாள்.

பிறகு அறையிலிருந்த பீரோவைத் திறந்து இவள் பிளாஸ்டிக் பையை வெளியே எடுத்தாள். அவளிடம் தந்தாள். தைத்து முடித்திருந்தார் மோஹன்பாய். எடுத்துப் பார்க்க மனம் வர வில்லை.

ஜோத்ஸனாவும் இவளும் கிளம்பினார்கள் சற்று நேரத் துக்குப் பிறகு. ஜமீலாவும் ஜாஸ்மினுடன் சந்து முனைவரை வந்தாள். அவளுக்கு ஜோத்ஸனாவின் அணைப்பின் இதம் தேவைப்பட்டதுபோலும்.

ஆட்டோ வந்ததும் ஜோத்ஸனா தன் முகவரி அட்டையை ஜமீலாவிடம் தந்தாள். தன்னுடையதையும் இவள் தந்தாள்.

'ஜமீலா, எப்போ வேணுமானாலும் என்னையோ இவங்களையோ கூப்பிடலாம். நானும் உன்னைக் கூப்பிடுவேன். ராகேஷ்பாயோட நீ வேலை செய்வாய். தெரியும். இருந்தாலும் நீ சொந்தமா ஒரு கடை ஆரம்பிக்கலாம். நாம முயற்சி பண்ணலாம். தைரியமா இரு' என்று சொல்லிவிட்டு 'ஆவ்ஜோ' என்று விடைபெற்றாள். ஜாஸ்மின் ஏதோ மழலையில் குழறியபடி சிரித்துக்கொண்டே டாட்டா சொல்லியது.

பயணம் மௌனத்தில் கழிந்தது. பிளாஸ்டிக் பையிலிருந்து மடித்த ரவிக்கைகள் எட்டிப் பார்த்தன. அடர் சிவப்புத் துணியில் மஞ்சளும் பச்சையும் நீலமும் மென் பழுப்புமாய்க் கொடிகளும் கிளைகளும் பூக்களும் பறவைகளும் இருந்தன. மயில் கழுத்து நிற ரவிக்கையின் கழுத்தின் இரண்டு பக்கமும் நீள்வால் தொங்கியபடி இரு மயில்கள் அடர்பச்சையும் கடும் நீலமுமாய்.